மறந்த காவியம்

நீலகேசி

பேரா.இரா.முரளி

நாதன்
பதிப்பகம்

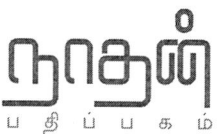

ISBN : 978-81-976029-4-8

நாதன்
ப தி ப் ப க ம்

நூல்: **மறந்த காவியம் நீலகேசி** ஆசிரியர்: **பே.இரா.முரளி**
முதற்பதிப்பு - 2024 பக்கங்கள்: 128 வடிவமைப்பு: **மா.ஜெகதீஷ்குமார்**
அட்டை வடிவமைப்பு: **லார்க் பாஸ்கரன்** வெளியீடு: **நாதன் பதிப்பகம்**
16/10, பாஸ்கர் தெரு, நேருநகர், தசரதபுரம், சாலிகிராமம், சென்னை-93.
தொடர்புக்கு: **98840 60274** E-mail: **nathanbooks03@gmail.com**

விலை **ரூ.160/-** Web: **www.nathanbooks.com**

சமர்ப்பணம்

மறைந்த என் அன்புத் தாய் **சுந்தரவல்லிக்கும்**,
தத்துவத்தின் நீள, அகலங்களை எனக்கு உணர்த்திய
என் துறை மேனாள் தலைவர் பேராசிரியர் **ஏ. வெங்கடேசன்**
அவர்களுக்கும்.

தமிழ்ச் சமூக வரலாற்றுத் தரவாக நீலகேசி

– வீ.அரசு
மேனாள் தமிழ் பேராசிரியர்

தமிழகத்தின் சமூக வரலாறு குறித்து வாசிப்பதில் ஈடுபாடு உடையவன் நான். பேரா. இரா. முரளி, அண்மைக் காலங்களில் பரவலாகி வரும் சமூக ஊடகங்கள் வழியாக மெய்யியல் தொடர்பான உரையாடல்களைத் தொடர்ந்து நிகழ்த்தி வருகிறார். அதன் மூலம் உருவான நீலகேசி குறித்த உரையாடலை குறு நூலாக வெளியிடுகிறார். இந்தக் குறுநூலை எனக்கு மின்னஞ்சல் வழியாக அனுப்பி என்னுடைய வாசிப்பு அனுபவத்தின் பதிவுகளை எழுதுமாறு கேட்டுக் கொண்டார். குறுநூல் என்பதால் ஒரே மூச்சில் வாசித்து எனக்குள் உருவான மனப்பதிவுகளை பகிர்ந்து கொள்கிறேன்.

தமிழ்ச் சமூக வரலாறு தொடர்பாக, இருபதாம் நூற்றாண்டில் நிகழ்ந்த தொல்லியல் துறை சார்ந்த ஆய்வுகள் மூலம், பல புதிய பரிமாணங்களை அறிந்து கொள்ளும் வாய்ப்பு உருப்பெற்றுள்ளது. தொல்பழங்காலம் தொடர்பான கற்கருவிகள் குறித்த ஆய்வுகள், பாறை ஓவியங்களின் கண்டுபிடிப்புகள், பல்வேறு புதிய உலோகப் பயன்பாடுகள் குறித்த தரவுகள் ஆகியவை நெடுங்காலத்திற்கு முன்பே மனிதர்கள் தங்கள் குடியிருப்புகளை உருவாக்கிக் கொண்டதை அறிகிறோம். நூறு ஆண்டுகளுக்கு முன்பு (1924) ஜான் மார்ஷல் (1958-1876) உலகுக்கு அறிவித்த சிந்து சமவெளி பண்பாடு என்பது தமிழ்ச் சமூக வரலாறு தொடர்பான இன்னொரு புதிராக உரையாடலுக்கு வந்து விட்டது. தமிழ்த் தொல் எழுத்தியல் என்பது சிந்து சமவெளிக் குறியீடுகள், பல்வேறு கோடுகள்,

பிராமி அல்லது தமிழி எழுத்துக்கள், தமிழ் எழுத்து வடிவங்கள் என்ற வரலாறு ஏறக்குறைய 2500 ஆண்டுகளின் தொடர்ச்சியாக அறியப்பட்டுள்ளது.

தொல்லியல் தரவுகளின் தொடர்ச்சியாக, செவ்விலக்கியம், செவ்விலக்கணம் ஆகியவை உருவான மொழியாகவும் தமிழ் அங்கீகாரம் பெற்றுள்ளது. செவ்விலக்கியங்கள், தொல்காப்பியம், திருக்குறள் ஆகிய பிரதிகளின் உருவாக்கம் என்பது தமிழ்ச் சமூக வரலாறு குறித்த உரையாடல்களுக்கு அடிப்படையாக அமைகிறது. இவ்வாறு தொடர்ச்சியான வரலாற்று மரபோடு வாழ்ந்து வரும் மனிதக் கூட்டம் தமக்குள் அறிவுத்தோற்ற மரபு (epistemology) களை உருவாக்கிக் கொள்ளும் என்பது இயல்பானதே. இந்தப் பின்புலத்தில்தான் மெய்யியல் சார்ந்த உரையாடல்களை முன்னெடுக்கும் களம் அமைந்திருப்பதாகக் கருதுகிறேன். மெய்யியல் உரையாடல்களில் பூதவாதம்(உலகாயதம்), சாங்கியம்(எண்ணியம்) வைசேடிகம்(சிறப்பியம்), நியாயவாதம் (அளவியல்), ஆசீவகம் ஆகிய பள்ளிகள் குறித்த உரையாடல்கள் முன்னெடுக்கப்படுகின்றன. இந்த உரையாடல்களை முதன்முதலில் நடைமுறைப்படுத்திய மரபு நீலகேசியில் வளமாகப் பதிவாகியுள்ளது. குண்டலகேசி, அருகச்சந்திரன், மொக்காலன், புத்தர் ஆகியோருடன் நீலகேசி தர்க்க உரையாடலை நிகழ்த்தி இருக்கிறார். ஆசிவகம், சாங்கியம் வைசேடிகம், பூதவாதம், வேதவாதம் ஆகிய மெய்யியல் மரபுகளைச் சேர்ந்தவர்களிடமும் நீலகேசி தர்க்கம் செய்ததை 'நீலகேசி' காப்பியம் சொல்லுகிறது இந்த உரையாடல்களைப் பற்றியப் பதிவாக இக்குறுநூல் அமைந்துள்ளது.

அண்மைக்கால மெய்யியல் சார்ந்த உரையாடல்களில், வேத மரபு x வேத மறுப்பு மரபு, வைதீக மரபு x அவைதீக மரபு, பொருள் முதல்வாத மரபு x கருத்து முதல்வாத மரபு என்னும் இரட்டை முறை, ஒரு பொருண்மை குறித்துப் பல அனுகுமுறைகளில் முன்னெடுக்கப்படுகிறது. இன்றைய இந்திய ஆட்சியாளர்கள், வேத மரபு

சார்ந்து உருவான, பார்ப்பனிய மதம், அதன் இன்றைய வடிவமான 'இந்து மதம்' என்னும் 'இந்துத்துவா' கருத்தியலை மிகத் தூக்கலாக முன்னெடுப்பதால், மேற்குறித்த உரையாடல் என்பது பரவலாகியுள்ளது. இந்தச் சூழலில் அறிதல் மரபு சார்ந்து, இக்குறுநூல் நீலகேசி பேசும் செய்திகளை உரையாடல்களுக்குட்படுத்துவது தேவையான ஒன்றாகவும் அமைகிறது. மெய்யியல் உரையாடல்களின் தேவையை இன்றைய நடைமுறைச் சமூகம் கட்டாயப்படுத்துகிறது என்று கூற முடியும்.

நீலகேசி புத்தரைச் சந்தித்து புத்தமதம் என்பதை வரையறை செய்யுமாறு வேண்டுகிறார். புத்தரின் விளக்கம் பின்வருமாறு அமைவதை இந்நூல் பதிவு செய்துள்ளது.

"மெய்மை அல்லது உண்மையின் அடிப்படைத் தத்துவங்கள் பௌத்த சமய நிலைப்பாட்டின்படி ஐந்து ஸ்கந்தங்களின் கூட்டாகும். உருவத்திற்கு ஒரு ஸ்கந்தம், உணர்ச்சிகளுக்கு ஒரு ஸ்கந்தம், அறிவுக்கு, பெயர்களுக்கு, செயல்பாட்டிற்கு என ஸ்கந்தங்கள் உள்ளன. இவைதான் அடிப்படை மூலப் பொருட்களாகும். உலகில் உள்ள பொருள்கள் அனைத்தும் உருவக ஸ்கந்தத்தைச் சார்ந்தவை. அவை கூடத் தனித்த தனிமம் கிடையாது. அதன் கூட்டு அம்சங்கள் எட்டுப் பொருள்கள் ஆகும். வழமையான பஞ்ச பூதங்களில் நீர், நிலம், காற்று, நெருப்பு ஆகிய மூலப்பொருட்கள் முதல் நிலைப் பொருட்கள். அவற்றின் துணையாகப் பொறி உணர்ச்சிகளான, நிறம், சுவை, மணம், ஊறு ஆகியவைகளும் இணைந்தே இந்த மூலத்தை உருவாக்குகின்றன. இவற்றை ஒன்றிலிருந்து ஒன்று பிரிக்க முடியாது. ஒரே தொகுதியாக எட்டு மூலப்பொருட்களின் பண்புகள் இவை. இவற்றின் மூலமாகத்தான் பொருளின் திண்மை, நெகிழ்ச்சி, வெப்பம், சுழற்சி ஆகிய நால் வகைச் செயல்கள் நடைபெறும். என்று தொடர்ந்து விளக்கம் தரத் தொடங்கினார் புத்தர்". (இந்நூல்: ப.81)

இந்த விளக்கத்தின் மூலம் புத்தர் முன்வைக்கும் மெய்யியல் என்பது சூன்யவாதமாக அமைகிறது.

ஒவ்வொரு கணமும் பொருள் மாறிக் கொண்டிருக்கிறது, ஒவ்வொரு கணமும் அழிந்து கொண்டிருப்பதாகவும் பௌத்தம் கூறுகிறது. உண்மையில் அப்படி இல்லை. பொருள் இல்லாமல் போவதில்லை. அதற்குள் உள் பொருள் உருவாகிறது. இதனை தாய் கருவுற்று குழந்தைப் பெற்றெடுப்பதை நீலகேசி எடுத்துக்காட்டாக கூறுகிறார்.

பௌத்தம் இயக்கவியல் சார்ந்து செயல்படாமல், சூனியத்தை முன் வைப்பதும், அது தவறு என்று நீலகேசி பேசுவதாகவும் இப்பகுதியை வாசிக்க முடிகிறது. இவ்வகையில் பௌத்தம், சமணம் ஆகிய சமய மரபுகள் அவைதீகப் பொருள் முதல்வாத மெய்யியலை பேசுவது போல் இருப்பினும், அவற்றுக்குள் உள்ள வேறுபாடுகள் சார்ந்து உண்மையான இயக்கவியல் மரபு எது என்ற உரையாடல் தேவைப்படுகின்றது. அதில் பௌத்தத்தை விட, சமணம் பொருள் முதல் வாதம் சார்ந்த இயக்கவியலோடு நெருக்கமாக இருப்பதை அறிகிறோம்.

இவ்வகையில் தமிழ்ச் சிந்தனை மரபுக்குள் நிகழ்ந்த உரையாடல்களின் தொகுப்பாக நீலகேசி இருப்பதாக அறிய முடிகிறது. இதில் வேத மரபு சார்ந்த பூதிகன் என்னும் பார்ப்பனரிடம் நீலகேசி தர்க்கம் நிகழ்த்தும் போது, நீலகேசி கேட்ட தர்க்க நியாயங்களுக்குப் பதில் அளிக்காமல், நீலகேசியை "சூத்திர சாதியைச் சேர்ந்தவள்; நாத்திகம் பேசுகிறாள்" என்று திட்டுவதாக அப்பகுதி அமைந்துள்ளது. இத்தன்மை இன்றைய இந்துத்துவா அரசியலின் அன்றைய வடிவமாக இருக்கிறது. தர்க்க உரையாடல் மரபை மறுத்து, சாதியை முதன்மைப்படுத்தும் உரையாடலை வேதமரபைச் சார்ந்தவர்கள் செய்திருக்கிறார்கள் என்ற குறிப்பையும் நீலகேசியின் தர்க உரையாடலுக்குள் வருவதை முரளி பதிவு செய்துள்ளார். இவ்வகையில் நீலகேசி வாசிப்பு என்பது சமகாலத்தன்மையை கொண்டிருப்பதைக் காண்கிறோம்.

தமிழ்ச் சமூக வரலாற்றுப் போக்கில் முதல் கட்டம் என்பது சிந்து சமவெளி நாகரிக மரபு சார்ந்த ஒரு கட்டமாக அமைகிறது. செவ்விலக்கியம், தொல்காப்பியம், திருக்குறள் உருவான மரபு இரண்டாம் நிலையாக அமைகிறது. இதற்குள்தான் நீலகேசி பேசும் மெய்யியல் தர்க்க உரையாடல்கள் அமைந்துள்ளன. காப்பிய மரபில் சிலப்பதிகாரம், மணிமேகலை ஆகியவற்றிலிருந்து தொடரும் மரபே நீலகேசியிலும் இருக்கிறது. பொ.ஆ.பி 600 முற்பட்டு பொ.து.மு 600 வரையிலான தமிழ்ச் சமூக வரலாறு குறித்தப் புரிதலுக்கு, சமய மரபுகள் என்னும் மெய்யியல் சார்ந்த உரையாடல்கள் அடிப்படையான தரவுகளாக உள்ளன. அதில் நீலகேசிக்கு தனித்த இடம் இருக்கிறது. அதனை எளிதாக அறிந்து கொள்ளும் வாய்ப்பை இக்குறு நூல் தருகிறது. இதற்காக முரளி அவர்களுக்கு தமிழ் சமூகம் நன்றி கடன் பட்டுள்ளது.

தமிழ்ச் சூழலில், நா.வானமாமலை, கி.முப்பால்மணி, தேவ.பேரின்பன், நா. முத்துமோகன், க.நெடுஞ்செழியன், கணியன் பாலன், அருணன் ஆகியோர் தமிழ்ச் சமூக வரலாற்றுக்குள் நிகழ்ந்த மெய்யியல் சார்ந்த உரையாடல்களை தமிழில் பதிவு செய்துள்ளனர். அந்த வரிசையில் பேராசிரியர் முரளியும் இணைந்து கொள்ளுகிறார். நீலகேசி மூலநூல் விறுவிறுப்பான தர்க்க உரையாடல் பாங்கில் அமைந்துள்ளது. இலாவணிக் கச்சேரி, பட்டிமன்றம் ஆகிய வடிவங்களில் உள்ள ஈர்ப்பு இதில் உண்டு. இத்தன்மையை மேலும் வலுவாக்கிய மொழிநடையில் முரளி அவர்களின் இந்நூல் அமைந்துள்ளது. இந்நூலை தமது நாதன் பதிப்பகத்தின் மூலம் வெளியிடும் நண்பர் அஜயன் பாலா அவர்களுக்கும் நன்றி. இக்குறு நூலை வாசிக்க வாய்ப்பு அளித்தமைக்கு பெரிதும் நன்றி.

பேரன்புடன்...

வீ.அரசு
மேனாள் தமிழ் பேராசிரியர்
சென்னைப் பல்கலைக் கழகம்

நானும் நீலகேசியும்...

– பேரா. இரா.முரளி

தமிழ் மெய்யியல் வரலாற்றின் முக்கிய நூலாகிய நீலகேசி இலக்கிய மொழியில் எழுதப்பட்ட முழு தர்க்க நூலாகும். இது பற்றி எளிய அறிமுகங்கள் சில ஏற்கனவே காணக் கிடைக்கின்றன என்றாலும், இதில் இடம் பெறும் தர்க்க வாதங்களை எளிமையான விளக்கங்களைக் கொண்டு எழுதப்பட்ட நூல்கள் மிகவும் அரிது என்றதனால் இந்நூலை எழத முடிவு செய்தேன். நீலகேசி ஐஞ்சிறு காப்பியங்களில் ஒன்றாகக் கருதப்படுகின்றது. இதன் முதல் பதிப்பாசிரியரான சக்கரவர்த்தி நாயினார் 1936இல் எழுதியுள்ள ஆங்கில அறிமுக நூலை பன்மொழிப்புலவர் க. அப்பாதுரையார் சிறப்பான முறையில் தமிழாக்கம் செய்துள்ளார். பிறகு புலவர் திரு, பொ.வே.சோமசுந்தரனார் நீண்டதொரு உரையை எழுதியுள்ளார். இவற்றை அடியொற்றி வேறு சில நூல்களும் எழுதப்பட்டுள்ளன. திரு. ஜெகத்ரட்சகன் அவர்களும் உரைநூல் இதற்கு எழுதியுள்ளார்.

இவையெல்லாம் எனது இந்த நூல் உருவாக்கத்திற்குப் பெரிதும் உதவியுள்ளன. நீலகேசி குறித்து நான் நடத்தி வரும் எனது இணையக் காணொலி முகமையான சாக்ரடீஸ் ஸ்டுடியோவில் இரண்டு தொகுப்புகளாக அறிமுக உரை ஆற்றினேன். அதன் நீட்சியாகத் தான் இந்நூல் எழதப்பட்டது. இன்னும் விரிவாக விவாதங்களுடனும், விளக்கங்களுடனும்

இந்நூலை எழுத இயலும் என்றாலும், எளிய வாசகர்களையும் சென்று சேர வேண்டும் எனும் நோக்கில் இது எழுதப்பட்டுள்ளது. இந்தச் சிறிய நூல், தமிழ் மெய்யியல் பரப்பில் நீலகேசிக்குரிய இடம் என்ன என்பதை அடையாளம் காட்டும் என நம்புகின்றேன்.

நாதன் பதிப்பகத்தின் உரிமையாளர் எழுத்தாளர் அஜயன்பாலா அவர்கள் மெய்யியல் சார்ந்து நூலொன்றை எழுத என்னிடம் கூறியபோது, நான் நீலகேசியை தமிழக வாசகர்களுக்குப் பரந்த அளவில் கொண்டுசெல்லும் விதமாக இந்நூலை எழுத என் விருப்பத்தைத் தெரிவித்தேன். அவரும் மிகுந்த மகிழ்ச்சியுடன் அதை நிறைவேற்ற முடிவு செய்ததின் விளைவே இந்நூலாக்கம் ஆகும். அவருக்கு என் நன்றியைத் தெரிவிக்கின்றேன். அணிந்துரை வழங்கிய பேரா. வீ. அரசு அவர்களுக்கு என் மனமார்ந்த நன்றிகள். மேலும் இந்நூலை அழகுற வடிவமைத்த திரு.ஜெகதீஷ்குமார் அவர்களுக்கும், முகப்பு அட்டை வடிவமைத்த திரு. லார்க் பாஸ்கரன் அவர்களுக்கும் என் நன்றிகள். குடும்பப் பணிகள் எதுவும் எனக்கு இடையூறாக இல்லாமல் அன்புடன் பார்த்துக்கொண்டு, எனது எல்லா முயற்சி களுக்கும் துணைநிற்கும் என் துணைவியார் விஜயா அவர்களுக்கும், இந்நூல் உருவாவதற்கு எனக்கு ஊக்க சக்தியாக இருந்த சாக்ரடீஸ் ஸ்டுடியோ ஒளிப்பதிவாளர் கண்மணி அவர்களுக்கும் என் நன்றியை இங்கு பதிவு செய்து கொள்கிறேன். இந்நூலின் இரண்டாம் பதிப்பிற்காக பிரதியின் எழுத்துப் பிழைகளை நுணுக்கமாகக் கண்டறிந்து பிழைத் திருத்தம் செய்து கொடுத்த தோழன் லயோனல் ஆண்டனி அவர்களுக்கு நன்றி.

மதுரை
26-08-2024

இந்தச் சிறிய நூல், தமிழ் மெய்யியல் பரப்பில் நீலகேசிக்குரிய இடம் என்ன என்பதை அடையாளம் காட்டும் என நம்புகின்றேன்.

பொருளடக்கம்

1. தமிழர் தர்க்கவியல் வரலாற்றின் முன்னோடி நீலகேசி — 17
2. தமிழர் தத்துவ மரபில் நீலகேசி — 22
3. ஐஞ்சிறு காப்பியமும் நீலகேசியும் — 28
4. நீலகேசி கதைச் சுருக்கம் — 32
5. சமண தத்துவத்தின் முக்கிய கூறுகள் — 40
6. குண்டலகேசியுடன் வாதம் — 45
7. அருக்கச்சந்திரனுடன் வாதம் — 53
8. மொக்கலனுடன் வாதம் — 59
9. புத்தருடன் வாதம் — 78
10. ஆசீவகத்துடன் வாதம் — 89
11. சாங்கியத்துடன் வாதம் — 98
12. வைசேடிகத்துடன் வாதம் — 106
13. வேதவாதியிடம் வாதம் — 112
14. பூதவாதம் எதிர்கொள்ளுதல் — 120

01 தமிழர் தர்க்கவியல் வரலாற்றின் முன்னோடி நீலகேசி

சமண சமய மெய்யியலை முன்னிறுத்தும் நீலகேசி ஒரு பழந்தமிழ் நூலாகும். அப்படிப்பட்ட இந்த நீலகேசியைப் பற்றி அறிவதற்கு முன் தமிழ் மெய்யியல் மரபு மற்றும் வரலாற்றை அறிவது அவசியம். மெய்யியல் மரபு என்பதை சமூகத்தில் தத்துவம் சார்ந்து உருவாக்கப்பட்ட தர்க்கங்களின் வரலாறு என்றும் கூடக் கொள்ளலாம். அந்த வகையில் பார்த்தால், தமிழரின் மெய்யியல் மரபு என்பது தொல்காப்பியம் தொடங்கி பேசப்படுகின்றது.

தமிழர் மெய்யியலில் அருள் முதல் வாதம் மட்டுமல்ல, பொருள் முதல் வாதமும் முக்கியத்துவம் பெற்றிருந்தது என்பது வரலாற்றை அணுகும்போது தெரிகின்றது. கி.மு.8 ஆம் நூற்றாண்டில் செயல்பட்ட சாங்கியம் எனும் எண்ணிய சிந்தனைப் பள்ளியை உருவாக்கியவர் தொல்கபிலர் ஆவார், அவர் ஒரு தமிழர் என்று கணியன் பாலன் என்பவர் அறுதியிட்டு நூலொன்றை எழுதியுள்ளார். அறிவியலையும், பொருள் முதல் வாத மெய்யியலையும்

அடிப்படையாகக் கொண்ட வளர்ச்சி பெற்ற சிந்தனைப்பள்ளி இது. கி.மு. 1000 க்கு முன்பிருந்தே, அறிவியலையும், பொருள் முதல்வாத மெய்யியலையும் அடிப்படையாகக் கொண்ட மூலச் சிறப்புடைய தமிழ்ச் சிந்தனை மரபு, தமிழ்ச் சமூகத்தில் 1000 வருடங்களுக்கு மேலாக மிகப்பெரும் செல்வாக்குடனும், புகழுடனும் இயங்கிவந்துள்ளது என்பதாகத் தெரிகின்றது.

சாங்கியம், வைசேடிகம், நியாயவியல் ஆகிய மூன்றுமே தமிழகத்தில் தோன்றிய மெய்யியல் தத்துவங்கள். இவை முதலில் பொருள் முதல்வாத மெய்யியல் தத்துவங்களாக இருந்தன. பின்னர் அவை ஆன்மீக வாதமாக மாற்றப்பட்டு வைதீகத் தத்துவமாகக் கருதப்படுகின்றது. சாங்கியத்தின் மூலவர் தொல்கபிலர். இவர் சங்க இலக்கியத்தில் பாடிய 6 பாடல்கள் கிடைத்துள்ளதாக "தொல்கபிலர்- தமிழ் அறிவு மரபின் தந்தை" எனும் நூலில் அதை எழுதியுள்ள கணியன் பாலன் கூறுகின்றார்.

மேலும் பௌத்த மரபைச் சேர்ந்த பல அறிஞர்கள் தமிழர்கள் என பேரா. நெடுஞ்செழியன் கூறுகிறார். அதில் குறிப்பாக பக்குடக் கச்சயானா என்கிற பக்குடுக்கை நற்கணியரும் சிறப்பியம் என்ற வைசேடிகத்தைத் தோற்றுவித்த காணாதரும், நியாய வதத்தைத் தோற்றுவித்த கோதமனாரும் தற்செயல் கோட்பாட்டை உருவாக்கிய பூரண காஸ்யபர் ஆகிய நால்வரோடு அசித கேசகம்பளர் என மேற் சொன்ன ஐவரும் தமிழர்கள்தான் என பேரா. நெடுஞ்செழியன், 'தமிழர் இயங்கியல்- தொல்காப்பியமும், சரக சம்கிதையும்' எனும் நூலில் அறுதியிடுகின்றார்.

இன்னும் ஒரு படி மேலே போய், பௌத்த மரபில் தோன்றிய தமிழர்களான தின்னாகர், தர்மகீர்த்தி, திக்நாகர், தருமபாலர், போதிதருமர் ஆகியோரும் தமிழர்களே என்றும் அறியவருகின்றோம். ஆனால் இவர்களில் பெரும்பாலானோர் படைப்புகள் தமிழில் அமையவில்லை.

அதே சமயம் தமிழ்ச் சமூகத்தின் மெய்யியல் மரபு என்பது கருத்தியல்களாக உருவாக்கப்பட்ட தத்துவ நூல்களிலிருந்து மட்டும் புரிந்து கொள்ளப்படுவதில்லை, அதன் வேர்கள் பண்பாட்டுத் தளத்திலும், இலக்கியப் பரப்பிலும், வாழ்வியல் முறைகளிலும், பேச்சு வழக்கிலும், கல்வெட்டுக்களிலும், குகை ஓவியங்களிலும், இன்னும் பல தொன்மங்களிலும் பல பரிமாணங்களில் வேர்களைப் பரப்பியிருக்கிறது. ஆழமான

நுண்ணறிவுடனும், கள ஆய்வுடனும் அவற்றை அவதானிப்பது மிகவும் அவசியம்.

மேலோட்டமாகவேப் பார்த்தாலும் சில பொதுப் பண்புகள் பல நூற்றாண்டுகளாக இங்கு காணப்படுகின்றன. பழங்குடி கடவுள்கள், நிலத் தெய்வங்கள், குல தெய்வங்கள், மற்றும் நடுகல், பண்டைய ஓகம் போன்ற பண்பாட்டு அம்சங்கள் தமிழர் மெய்யியல் மரபுகளைப் புரிந்து கொள்ள உதவுகின்றன. சங்க காலப் பாடல்கள் தமிழரின் தத்துவச் சிந்தனைகளை வெளிப்படுத்துகின்றன. அவற்றில் மதச்சார்பின்மை வெளிப்படுவதாக அறிஞர்கள் கருதுகின்றனர். மேலும் தமிழகத்தின் தத்துவப் போக்குகள் என்பன நில அமைப்புகளைச் சார்ந்தும் இருந்துள்ளன. குறிஞ்சி, முல்லை, மருதம், நெய்தல், பாலை போன்ற பிரிவுகள் திணைகள் எனும் தலைப்பில் பண்பாட்டு ஆய்வுகள் மேற்கொள்ளப்படுகின்றன. கடவுள் நிலப் பிரிவுகளின் தன்மைக்கு ஏற்ப அமைந்திருந்தார் எனலாம். சிறு தெய்வ வழிபாட்டு முறைகளையும் இதில் பொருத்திப் பார்க்கலாம். ஆதிப் பொருள் முதல் வாதப் பண்புகளைப் பழந்தமிழர் வாழ்வில் காணலாம். இயற்கை ஆற்றல்களை வணங்கும் போக்கு இருந்ததும் கவனத்தில் கொள்ள வேண்டியதாகும். அக்காலங்களில் உயிர் என்பது உடலை விட்டு தனித்துப் பிரியக்கூடிய ஆன்மாவாகக் கருதப்பட்டதா என்பதும் ஆய்வுக்குரியதே.

தமிழர் மெய்யியல் சிந்தனைகளை வகைப்படுத்தினால் அவற்றை நான்கு பிரிவுகளாகக் காணமுடிகின்றது. ஒன்று ஆத்திகத்தை நம்பும் வர்ணாஸ்ரம தர்மங்களை அடிப்படையாகக் கொண்ட வேதங்களை முன்னிறுத்தும் வைதீகம். இரண்டாவது, கடவுள் இருப்பை மறுத்து, அறிவியல் பண்பை அறிவின் அடிப்படையாக முன்னிறுத்தும் பூத வாதக் கொள்கைகளை அடிப்படையாகக் கொண்ட சார்வாகம். மூன்றவதாக வேத மறுப்பை ஒரு புறமும், பூதவாதங்களை மறு புறமும் மறுத்து உண்மையின் பன்மைத்துவத்தையும், நிரந்தரமின்மையையும் வலியுறுத்தும் பௌத்த மற்றும் சமண தத்துவங்கள்.நான்காவது, ஒவ்வொரு தனி மனிதருக்குள்ளும் உள்ள அருவ ஆற்றலையும், அதை எப்படிப் பிரபஞ்ச ஆற்றலுடன் ஒருங்கிணைத்துத் தானே இறைநிலையை எய்துவது என்று பேசும் சித்தர் மரபு.

மேற்சொன்ன எல்லாவற்றையும் விட சித்தர் மரபு என்பது இன்றளவிலும் உயிர்ப்புள்ளதாக இருந்து வருகின்றது. இந்த மரபு

ஆத்திக வேதாந்த மெய்யியல் நிலைப்பாடுகளை முற்றிலும் மறுக்கும் பணியைச் செய்வதோடு, சாதியத்தை உடைக்கும் வல்லமையும் கொண்டவையாகும். ஆனால் இது அருவமான பிரபஞ்ச ஆற்றலை மையப்படுத்தும் நிலைப்பாடு கொண்டது. எனவே பல் பரிமாணங்களும், தொன்மையும் நிறைந்தது தான் தமிழர் தத்துவ மரபு என்பதாகும். ஆசீவகம், உலகாயதம், ஜைனம், புத்தம் போன்ற சமயங்கள் ஒரு காலத்தில் தமிழகத்தில் செல்வாக்குடன் இருந்துள்ளன என்பதை நாம் காப்பியங்கள் மூலமும், தொல் பொருள் ஆராய்ச்சிகள் மூலமும் அறிகின்றோம். புத்த மதமும், சமண மதமும் தமிழ்ப் பண்பாட்டு வெளியில் பெரிய அளவில் ஊடுருவியிருந்தன. பிறகுதான் சைவம், வைணவம் அதிக அளவில் தன் ஈர்ப்புக்களை உண்டாக்கின எனலாம்.

பௌத்தமும், ஜைனமும் வடநாட்டிலிருந்து வந்த மதங்களானாலும், தமிழுடன் உறவாடிக் கலந்து தங்கள் மெய்யியல் கோட்பாடுகளை நிலை நாட்டின எனலாம். இவை நாத்திகப் பள்ளிகள் என்று அழைக்கப்பட்டவை. இவை வேத மறுப்பு கொள்கை கொண்டவையாயினும், கர்மவினையை முன்னிறுத்தின. இவற்றின் வினைப்பயன் விளக்கம் அறம் சார்ந்தவை, வேள்வி, சடங்குகளிலிருந்து விலகியவையாகும்.

பெரும்பாலான தமிழர் மெய்யியல் வெளிப்பாடுகள் வேத ஆத்திக மரபிலிருந்து மாறுபட்ட கண்ணோட்டங்களையும், வாழ்க்கை முறைகளையும், கடவுள் வழிபாட்டு முறைகளையும் கொண்டதாகவே இருக்கின்றன என்பதே கவனிக்கப்பட வேண்டிய விஷயமாகும். பௌத்த, சமண இலக்கியப் படைப்புகள் பிற மத நிலைப்பாடுகளையும், வாழ்வியல் முறைகளையும், விமர்சனம் செய்தன.

அந்த வகையில் வேத மரபை மட்டுமல்ல, அப்போது நிலவிய பௌத்தம், சாங்கியம், வைடிகம், பூத வாதம், ஆசீவக வாதம் போன்ற எல்லா அறிவு மரபுகளையும் மறுத்து நிலை அறிவு கோட்பாட்டின்படி சமணத்தை நிலை நிறுத்த எழுதப்பட்ட நூலே நீலகேசியாகும்.

02 தமிழர் தத்துவ மரபில் நீலகேசி

தமிழ் தத்துவ மரபுகளைப் பேசும் நூல்களை ஆராய்ந்தால் அதில் முக்கியமான இடத்தைப் பிடிப்பது நீலகேசியாகும். நீலகேசி பற்றி கேள்விப் பட்டவர்கள் பலர் உண்டு. ஆனால் அதைப் பற்றித் தெளிவாக அறிந்தவர்கள் அதிகம் இருப்பதற்கு வாய்ப்பு இல்லை. நீலகேசி ஒரு சமண நூலாகும். இதை அருகத சமயம் என்றும் குறிப்பிடுகின்றனர். இதை எழுதியவர் யார் என்று இதுவரை அறியப்படவில்லை. ஐஞ்சிறு காப்பியங்களில் ஒன்று இது. குண்டலகேசி என்ற பெரும் காப்பியத்தின் பௌத்த தத்துவ நிலைப்பாட்டுக்கு எதிராக சமணத்தை வலியுறுத்தும் வகையில் எழுதப்பட்ட ஒரு தர்க்க நூல் என்றும் இது அறியப்பட்டது.

ஆனால் இதன் சிறப்பு இத்தோடு நில்லாமல் இதனையும் தாண்டி எல்லா சமய மெய்யியல்களையும் விமரிசிக்கும் நூல் என்ற சிறப்பையும் பெற்றுள்ளது என்பது குறிப்பிடத்தக்கது. மேலும் வெறும் தர்க்க நூலாக அல்லாமல் இலக்கியமாகவும் ஒரு புனைவுக்

காப்பியமாகவும் படைக்கப்பட்டிருப்பதும் இதன் சிறப்பு எனலாம்.

வரலாற்று ரீதியாக இதன் காலகட்டத்தை அறிவதும் ஆய்வாளர்களுக்கு ஒரு சவாலாகவே உள்ளது. விருத்தப் பா எனும் செய்யுள் நடையில் அமைக்கப் பட்டதன் மூலம் நீலகேசியின் காலம் என்னவென்று அறிவதற்கான வழிகளை இந்த நூலின் உள்ளடக்கம் தான் காட்டுகின்றது. இந்நூலில் மூன்று சமண நூல்களான தொல்காப்பியம், நாலடியார் மற்றும் திருக்குறள் என்பன குறிப்பிடப்பட்டுள்ளதாக ஆய்வாளர்கள் சொல்லுகின்றனர். இதைக் கணக்கில் எடுத்துப் பார்த்தால் முதலாம் நூற்றாண்டு முதல் ஏழாம் நூற்றாண்டிற்குள் இது எழுதப்பட்டிருக்க வேண்டும் என அறியலாம்.

சமயவாத தர்க்கம் என்றால் பிற சமயக் கோட்பாடுகளை மறுத்து தன் சமயக் கோட்பாட்டை அறிவுப்பூர்வமாக நிலை நிறுத்தும் வேலையாகும். அதை நீலகேசி மிகச் சிறப்பாக செய்துள்ளது. நீலகேசியில் விளக்கப்படும், விவாதிக்கப்படும் சமய வாதங்களில் புத்த சமயம், ஆசீவக சமயம், வைசேடிகம், சாங்கியம், வேத வாதம், பூதவாதம் போன்றவை காணப்படுகின்றன. ஆனால் சங்கரர், இராமானுஜர் மத்துவர் போன்றோரின் வேதாந்த விளக்கங்கள் இதில் குறிப்பிடப்பட வில்லை என்பதையும் கருத்தில் கொள்ள வேண்டியுள்ளது. அது மட்டுமல்ல, பிற்காலத்திய சமயக் கோட்பாடுகள் கூட இதில் விவாதிக்கப் படவில்லை, குறிக்கப்படவுமில்லை. எனவே இந்த நூல் எழுதப்பட்ட காலத்தில் மேற் சொன்ன நூல்கள் தோன்றவில்லை என்றும் கொள்ளலாம்.

மேலும் ஆசீவக வாதம் பற்றி இதில் விளக்கப்படுகிறது. ஆசீவகம் பற்றி பிற்காலங்களில், தேவாரக் காலங்களில் காணப்படவில்லை, ஏழாம் நூற்றாண்டை ஒட்டிய காலத்தில் ஆசீவகம் மறைந்து போயிருக்கக்கூடும். இதைப் பற்றி விளக்கும்போது, நீலகேசிக்கு ஆங்கில முன்னுரை எழுதிய சக்கரவர்த்தி நாயனார், ஆசீவகம் பற்றி தேவாரக் காலங்களில் காணப்பட முடியாவிட்டாலும், பின்னர் எழுதப்பட்ட சிவஞான சித்தியாரில் அது பற்றி இடம்பெற்றுள்ளது என்பதைக் கவனிக்க வேண்டும் என்கின்றார். இருப்பினும் சிவஞானசித்தியார் ஆசீவகம் என்ற பெயரைக் குறிக்கிறாரே தவிர அதனை நேரடியாக அறிந்து விளக்கவில்லை என்கிறார்.

ஆசீவக நெறி சமணர்களின் திகம்பர நெறியை ஒத்தது. இரு தரப்புத் துறவிகளும் ஆடைகளை வெறுத்துள்ளனர். ஆசீவகத்தின் கால கட்டம் பற்றி ஆய்வுகள் தேவைப்படுகின்றன. எனவே நீலகேசி ஏழாம் நூற்றாண்டுக்கு முந்தியது என தீர்மானிக்க முடியும். நீலகேசியின் ஐந்தாவது செய்யுளின் குறிப்பு ஒன்றைக் கொண்டு அதன் ஆசிரியர் முதலாம் நூற்றாண்டைச் சேர்ந்தவர் என்று சொல்லுபவர்களும் உண்டு. அப்பாடலில் ஆசிரியர் 'தேவன் உரைப்ப தெளிந்தேன்' என்ற வரிகளுடன் தொடங்குகிறார்.

"தேவன் உரைப்பத் தெளிந்தேன் பின் தெளிந்த எல்லாம்
மா என்று கொண்டேன் மடனே வலியாக நின்று
நா வல் புலவர் அவை நாப்பண்ணின் நாட்டல் உற்றேன்
பா இன்ன என்று பழிப்பார் இனி இல்லை அன்றே".

(நீலகேசி-05)

"தேவன்' எனக்குத் தெளிவை கொடுத்த பின்னர்தான் நீலகேசியை எழுத சாத்தியமானது என்கிறார். இந்தத் தேவன் யார் என்று நீலகேசிக்கு ஆங்கில முன்னுரை எழுதிய சக்கரவர்த்தி நாயனார் விளக்கும் போது அது திருவள்ளுவராகத் தான் இருக்க முடியும் என்கிறார். எனவே திருவள்ளுவரின் சீடராகத்தான் இவர் இருந்திருக்க வேண்டும். பெரும்பாலும் முதலாம் நூற்றாண்டுதான் இவர் காலமாக இருக்கும் என்கிறார். அப்படி இருக்கவே முடியாது என்பதற்கு பல சான்றுகளை சோமசுந்தரனார் என்பவர் விளக்குகின்றார். எது எப்படியோ, நீலகேசியின் வரவு ஏழாம் நூற்றாண்டுக்கு முந்தியது எனலாம்.

நீலகேசி தமிழில் தோன்றிய முதல் தருக்க நூல் என்றும் கூட சொல்லப்படுகிறது. நீலகேசிக்கான விளக்க உரை 14 ஆம் நூற்றாண்டில் தான் எழுதப்படுகிறது. இதை எழுதியவர் சமய திவாகர வாமன முனி என்று கூறப்படுகின்றது. வாமனாச்சாரியார் என்ற ஒரு பெயரும் சொல்லப்படுகிறது. இருவருமே ஒருவர்தான் என்பவர்களும் உண்டு. சமய திவாகர வாமனமுனி என்பவர் பெயர் மேருமந்திரபுராணம் எனும் நூலின ஆசிரியரான வாமனாச்சாரியாருடன் இணைக்கப்படுகின்றது. இருவரும் ஒருவரே என்றும், அவர்தான் நீலகேசிக்கு உரை எழுதியவர் என்றும் சொல்லப்படுகின்றது. இந்த வாமன முனிவருக்கு மல்லி சேனாச் சாரியர் என்று மற்றொரு பெயரும் உள்ளது. இவர் பொ.ஆ.பி14ஆம் நூற்றாண்டில் விஜயநகர சாம்ரஜ்யத்தை அரசர்

ஹரிஹரன் என்பவர் ஆண்ட காலத்தைச் சேர்ந்தவரவார். இந்த விளக்க உரைக்குப்பின் எந்த உரையும் பல நூற்றாண்டுகளுக்குக் கிடைக்கவில்லை.

பின்னர் 1936 இல் கும்பகோணம் அரசுக் கல்லூரி முதல்வர் ஆ.சக்கரவர்த்தி நாயனார் என்பவர் இதற்கு ஆங்கிலத்தில் 339 பக்கங்களுக்கு அறிமுக உரை எழுதியுள்ளார்.அதற்குப் பன்மொழிப்புலவர் க.அப்பாத்துரையார் மொழியாக்கம் செய்துள்ளார். இந்நூலுக்கு எழுதிய முன்னுரையில் சக்கரவர்த்தி நாயனார் இதன் பிரதிகள் ஓலைச்சுவடிகள் மூலம் தனக்குக் கிட்டியதை விளக்குகின்றார்.

மேல் சித்தாமூரில் உள்ள ஜைன மடத்தைச் சேர்ந்த லக்ஷ்மி சேனா பட்டாரகா, பெருமண்டூரைச் சேர்ந்த சமந்த பத்ர நாயனார், சென்னையைச் சேர்ந்த தக்ஷிணாத்ய கலாந்தி மக மகோபாத்யாயா முனைவர் வி. சுவாமிநாத ஐயர், மற்றும் சென்னையைச் சேர்ந்த ஜெயின் கெஸட் என்பதின் ஆசிரியர் சி. எஸ். மல்லிநாத் ஆகியோர் கொடுத்த ஓலைச்சுவடிகளிலிருந்தே

தன்னால் நீலகேசி பற்றிய நீண்ட ஆங்கிலக் கட்டுரையை எழுத முடிந்தது என்கிறார்.

இந்நூலில் வேத வாதம் எனும் பகுதியில் எட்டு செய்யுள்கள் காணவில்லை. அது வேதந்தம் பற்றிய நீலகேசியின் முக்கியப் பகுதியாகும் என்று வருத்தப்படுகின்றார். தன்னுடைய நூலில் பல குறைகள் தவிர்க்க முடியாதாகிவிட்டதையும் கூறுகின்றார். இந்நூலின் முக்கிய நோக்கங்களாக இரண்டு விடயங்களை ஆறுமுக நாயினார் குறிப்பிடுகின்றார். ஒன்று அகிம்சை என்பதை மனிதகுலம் உய்வடைய சமணம் போதிக்கும் மேலான தத்துவம் என்பதை வலியுறுத்துவது, அடுத்தத்து, பிறப்பினால் ஏற்றத்தாழ்வுகள் ஏற்படுத்தலாகாது என்ற சமூக நீதி தத்துவத்தை சமணம் முன் வைப்பதை விளக்குவது என்பன ஆகும்.

இந்நூல் பிற அறிஞர்களால் பதிப்பிக்கப்படாமல் என்னால் பதிப்பிக்கப்படுவதற்கு இரண்டு காரணங்கள் என்று இதன் முன்னுரையில் பதிப்பாசிரியர் குறிப்பிடுகிறார் பல ஆண்டுகளாக ஓலைச்சுவடிகளை வைத்திருந்தும் பல அறிஞர்கள் இதனை பதிப்பிக்க மனமின்றி இருந்ததும், மற்றொன்று, மூல ஓலைச்சுவடிகள் இறுதியாக ஒன்றிரண்டு படிகளே எஞ்சியிருந்ததும் ஆகும். அவையும் அழிந்துவிட்டால் இந்நூலும் அழிந்துபோன குண்டலகேசி மற்றும் வளையாபதி போன்ற குறிப்பிடத்தக்க காப்பியங்களின் வரிசையில் சேர்ந்துவிடும். அதே வரிசையில் நீலகேசியும் சேராமல் காப்பாற்றப்பட்டது பற்றி நயினார் மகிழ்ச்சியைப் பதிவு செய்கின்றார். இதன் பதிப்புப் பணியின் போது சாமிநாத ஐயரும், ராகவ ஐயங்காரும், வையாபுரிப் பிள்ளையும் மதிப்புமிக்க ஆலோசனைகள் வழங்கி உதவியதற்காக நன்றி பாராட்டப்பட்டுள்ளனர்.

இந்த நூலின் நிழல் பதிப்பு தஞ்சாவூர் தமிழ்ப் பல்கலைக்கழகத்தால் வெளியிடப்பட்டுள்ளது. 1964ல் சைவ சித்தாந்தக் கழகம் பெருமழைப் புலவர் பொ.வே. சோமசுந்தரனாரை புதிய உரை எழுதச் சொல்லி வெளியிட்டுள்ளது. பிறகு வெகு சில நூல்களே வெளிவந்துள்ளன. தமிழ்த் தத்துவ மரபின் செழுமைக்குச் சான்றாகத் திகழும் நீலகேசி பற்றிய உரையாடல்கள் பொதுவெளியில் மிக மிகக் குறைவு.

03 ஐஞ்சிறு காப்பியமும் நீலகேசியும்

தமிழில் சிலப்பதிகாரம், மணிமேகலை, சீவக சிந்தாமணி, வளையாபதி மற்றும் குண்டல கேசி ஆகிய நூல்கள் ஐம்பெருங்காப்பியங்கள் என்ற சிறப்பைப் பெற்று விளங்குவது அனைவரும் அறிந்ததே.

அது போல ஐஞ்சிறுகாப்பியங்கள் என்றும் ஒரு வகைமை உள்ளது நம்மில் பலர் அறியாதது. சூளாமணி காப்பியம், யசோதரக் காவியம், உதயணகுமாரக் காவியம், நாகக் குமாரக் காவியம் என்பன வோடு நீலகேசி காவியமும் சேர்ந்ததுதான் ஐஞ்சிறுங்காப்பியங்களாகக் கருதப் படுகின்றன. எனவே நீலகேசி சிறுங்காப்பியமாக வகைப்படுத்தப் பட்ட ஒரு காப்பியமாகும்.

இதில் சூளாமணிக் காப்பியத்தை இயற்றியவர் தோலாமொழித் தேவர். இவர் தரும தீர்த்தங்கரரிடத்தே (24 தீர்த்தங்கரர்களுள் ஒருவர்) பெரிதும் ஈடுபாடு உடையவர் என்பதும் கார்வெட்டியரசன் விசயன் காலத்தில் இருந்தவர் என்பதும் அந்த விசயன் வேண்டுகோளின்படி

இந்நூலை இயற்றினார் என்பதும் சூளாமணிச் செய்யுள் ஒன்றின் மூலம் அறியலாம். இதன் காலத்தையும் திட்டமாகக் கூற முடியவில்லை. சிலர் ஒன்பதாம் நூற்றாண்டைச் சேர்ந்தது என்று கூறுகின்றனர்.

உதயணகுமார காவியம் என்பது உதயணன் வாசவதத்தைக் கதையைக் கூறுவது. அரிதின் முயன்று தேடிய சுவடியை வைத்துப் பதிப்பித்த உ.வே. சாமிநாத ஐயர் இந்நூல் இலக்கியச் சுவையில் குறைவாக உள்ளது என்றும் மேலும் இதில் பிழைகளும் அதிகம் காணப்படுகின்றன என்றும் குறிப்பிடுவார்.

நாக குமார காவியத்தின் ஆசிரியர் பெயர் தெரியவில்லை. ஆயினும் கதைப் போக்கிலிருந்து, இது ஒரு சமண முனிவரால் இயற்றப்பட்டிருக்க வேண்டும் என்பதை முடிவு செய்யலாம்.

யசோதரக் காவியம் யசோதரன் என்னும் அவந்தி நாட்டு மன்னன் வரலாற்றைக் கூறுவது. இதன் காலம் -10ஆம் நூற்றாண்டு எனலாம். இதன் ஆசிரியர் பெயர் தெரியவில்லை. அறங்களில் முதன்மையானதும், நல்லறம் எனப்படுவதுமாகியக் கொல்லாமை என்னும் அறத்தை எடுத்துரைக்க இது எழுதப்பட்டது எனலாம். இது உயிர்க் கொலை கூடாது என்பதையே மையக்கருத்தாகக் கொண்டு தோன்றிய நூல் ஆகும். இது நல்வினை, தீவினை ஆகியவற்றின் பயனை விளக்கமாகக் கூறிச் செல்கிறது.

அடுத்து வருவதுதான் நீலகேசி!

பொதுவாக ஐம்பெரும் காப்பியங்களில் ஒன்றான குண்டலகேசிக்கு எதிர்ப்பாக எழுதப்பட்டதுதான் நீலகேசி எனப்படுகின்றது. குண்டலகேசி பௌத்த காப்பியம். நீலகேசி சமண காப்பியம். என்னதான் பௌத்தமும், சமணமும் இந்தியத் தத்துவப் பரப்பில் வேத மறுப்பு நாத்திகப் பள்ளிகளாக அடையாளம் காணப் பட்டாலும் அவைகளுக்குள் தத்துவார்த்தமாக ஆழமான வேறுபாடுகள் காணப்படுவதை நீலகேசி விளக்குகிறது.

நீலகேசி உள்ளடக்கம்

மொத்தம் 10 சருக்கங்களாகப் பிரிக்கப்பட்ட இந்த நூலில் மொத்தமாக 894 பாடல்கள் உள்ளன. இவை அனைத்தும் விருத்தப் பாவினால் ஆனவை. கீழே பாடல்களின் வகைமை பட்டியலிடப்பட்டுள்ளன.

கடவுள் வாழ்த்தும் பதிகமும்	12 பாடல்கள்
தர்ம உரை	140 பாடல்கள்
குண்டலகேசி வாதம்	82 பாடல்கள்
அருக்க சந்திர வாதம்	35 பாடல்கள்
மொக்கல வாதம்	193 பாடல்கள்
புத்த வாதம்	192 பாடல்கள்
ஆசீவகம்	71 பாடல்கள்
சாங்கிய வாதம்	53 பாடல்கள்
வைசேடிக வாதம்	41 பாடல்கள்
வேதவாதம்	30 பாடல்கள்
பூதவாதம்	49 பாடல்கள்

04 நீலகேசி கதைச் சுருக்கம்

பாஞ்சால நாட்டில் புண்டா வருத்தனம் என்னும் நகரில் கதை தொடங்குகிறது. இந்த நகரின் சுடுகாட்டுப் பகுதிக்குப் பாலாலயம் என்று பெயர். பாலாலயத்தில் உள்ள தெய்வமே பிடாரி. ஒருமுறை இத்தெய்வத்திற்கு நேர்த்திக்கடன் செலுத்த ஊர் மக்கள் ஆட்டை பலி கொடுக்க வந்தனர். அதே சமயம் அங்கு சமணமுனிவர் முனி சந்திரன் என்பவர் தவம் செய்து கொண்டிருந்தார். ஆட்டைப் பலி கொடுக்க வந்த கூட்டத்தைத் தடுத்து உயிர் பலி கொடுப்பது தவறு என்று அவர் அறிவுறுத்தினார். விலங்குகளுக்கு மாறாக மாவால் அல்லது மண்ணால் செய்த உருவங்களை வைத்து அவற்றைப் பலியிடலாம் என்று ஆலோசனை கூறினார் அவர். அதை நீண்ட தயக்கத்திற்குப் பின் ஏற்ற மக்கள் அவ்வாறே செய்தனர். இதனால் தனக்கு இரத்தப் படையல் கிட்டாத பிடாரி கோபம் கொண்டு முனிச் சந்திரனைத் தாக்கியது. ஆனால் முனிச் சந்திரன் தவவலிமை கொண்டவர் ஆதலால் பிடாரியால் அவரை

எதுவும் செய்ய முடியவில்லை. எனவே அது அதிக வலிமை வாய்ந்த பெரும் பேயான நீலி என்னும் நீலகேசியை வரவழைத்து அவரை அழித்து விடச் சொல்லியது. நீலகேசி என்பது பழையனூர் நீலிதான் என்று விளக்குபவர்களும் உள்ளனர். இந்தப் பழையனூர் நீலிக்கு நிறைய கதைகள் உள்ளன.

பழையனூர் நீலி

நாட்டார் வழக்காற்றில் நீலி ஒரு முக்கிய பங்கு வகிக்கின்றாள். நீலி அம்மன் அல்லது பழையனூர் நீலி அம்மன் என்பது ஒரு தமிழ் நாட்டார் தெய்வம் ஆகும். இந்தத் தெய்வத்தைத் தென்தமிழ் நாட்டில் இசக்கி அம்மன் என்ற பெயரில் வழிபடுவதாகக் கருதப்படுகிறது. இத்தெய்வத்திற்கான கோயில் தமிழ்நாட்டின், திருவள்ளூர் மாவட்டம், திருவாலங்காட்டில் உள்ளது. தமிழில் இதுவரை சொல்லப் பட்டு வரும் நீலியின் கதைகள் பற்றிப் பார்ப்போம்.

பெரியபுராணத்தில் நீலி

சேக்கிழாரின் பெரிய புராணத்தில் நீலி பற்றிய குறிப்பு பின்வருமாறு பதிவு செய்யப்படுகிறது.

> 'நற்றிரம்புரி பழையனூர்ச் சிறுதொண்டர் நவைவந்
> துற்றபோது தம்முயிரையும் வணிகனுக் கொடுகாற்
> சொற்றமெய்ம் மையுந்தூக்கியச் சொல்லையே காக்கப்
> பெற்றமேன் மையினிகழ்ந்தது பெருந் தொண்டை நாடு'

காஞ்சிபுரத்தில் வாழ்ந்த வணிகனின் மனைவி நீலி. வணிகன் பலப் பாலியல் தொழில் செய்யும் பெண்களுடன் தொடர்பில் இருந்ததை நீலி கண்டிக்க, அது பிடிக்காமல், அவன் நீலியைக் கொலை செய்துவிட்டான். நீலி பேயாக மாறி அவனைக் கொன்று பழி தீர்க்க முயல்கின்றாள். மந்திரவாதிகளிடமிருந்து ஒரு மந்திர வாளைப் பெற்று வணிகன் தன்னை தற்காத்துக் கொள்கின்றான். ஆனால் நீலி அவனை விடாமல் துரத்துகின்றாள். வெளியூருக்கு அவன் சென்றபோது, நீலி பெண் உருவம் கொண்டு கையில் ஒரு குழந்தையையும் உருவாக்கி அவ்வூர் 70 வேளாளர்கள் சபையில், தன்னைப் பிரிந்து தன் கணவன் வந்துவிட்டதாகவும், தங்களைச் சேர்த்து வைக்கவும் வேண்டுகின்றாள். ஆனால் கணவனோ இவள் பேய் என்றும் தன்னைக் கொல்ல அலைகிறாள் என்றும் சொல்லி மறுத்த போதும் அவர்கள் ஏற்காமல் தாங்கள்

அவன் உயிருக்கு உத்திரவாதம் என்றும் வாக்கு கொடுத்து அவனை ஒப்புக்கொள்ள வைத்து, அன்று இரவு அவளுடன் அவனை தங்க வைப்பதுடன், அவன் அவளுக்கு எந்த சேதத்தையும் உண்டாக்கக்கூடாது என்பதற்காக அவனிடமிருந்த மந்திர வாளையும் பறித்துச் செல்கின்றனர்.

ஆனால், நீலி அவனைக் கொன்றுவிடுகின்றாள். அவன் கொலை செய்யப்பட்டதை அறிந்த 70 வேளாளர்களும் அவன் இறப்பிற்குப் பொறுப் பேற்று, தங்களை தண்டித்துக் கொள்ளும் விதமாகத் தீக்குளித்து இறந்து போகின்றனர். இந்த நீலி சக்தி வாய்ந்த பேய் என்று கருதி அப்பகுதி மக்கள் இன்றும் அவளை வணங்கி வருவதாக ஒரு கதை உள்ளது.

திருவாலங்காட்டிலிருந்து பழையனூர் முக்கால் கிலோமீட்டர் தொலைவில் உள்ளது. இரு ஊருக்கும் இடைப்பட்ட இடத்தில் நீலிகுளம் இருக்கிறது. இந்தக் குளத்தின் கரையில்தான் 70 வேளாளர்களும் அக்னிகுண்டம் வளர்த்து தீக் குளித்தார்களாம். அதற்குச் சாட்சியாக 'சாட்சி பூதேசுவரர்' எனும் கோயில் இங்கு அமைக்கப்பட்டுள்ளது.

இதைச் சேக்கிழார் கீழ்க் கண்ட பாடலில் விளக்குகின்றார்.

"மாறுகொடு பழையனூர் நீலி செய்த
வஞ்சனையால் வணிகனுயிர் இழக்கத் தாங்கள்
கூறிய சொல் பிழையாது துணிந்து செந்தீக்
குழியில் எழுபது பேரும் முழுகிக் கங்கை
ஆறணி செஞ்சுடைதிருவா லங் காட்டப்பர்
அண்டமுற நிமிர்ந்தாடும் அடியின் கீழ் மெய்ப்
பெறும் வேளாளர் பெருமை எம்மால்
பிரித்தள விட்டிவள வெனப் பேசலாமோ"

இந்த 70 வேளாளர்களையும் பலசைக் கற்களில் புடைப்புச் சிற்பங்களாக செதுக்கி வைத்துள்ளனர். இந்த சிற்பங்களைப் பார்க்கும்போது, இவை சோழர்களின் காலத்தைச் சேர்ந்தவை என்பதை உணர முடிகிறது. இவை குளத்தின் கரையில் நீண்ட காலமாக இருந்ததாம். இந்த பலசைக் கற்களை வைத்து மணி மண்டபம் ஒன்றை பழையனூர் வேளாளர்கள் எழுப்பி உள்ளனர். இந்த இடத்திலிருந்து சிறிது தொலைவில் 'நீலியின் பாதம்' என்று கூறப்படுகிற பாறைப் பதிவு இருக்கிறது. முக்தி தீர்த்த குளம் அருகே ஊரின் வெளிப்புறத்தில் ஆலங்காட்டு காளிக்கும் கோயில்

ஒன்று உள்ளது. இதில் உயிர் துறந்தவர்களது நாவன்மையுடன் ஊர்ப்பெருமையும் பேசப்படுகிறது. நீலகேசி கதையின் ஒரு பகுதியை சைவ இலக்கியங்களும் ஏற்றுப் பதிவு செய்துள்ளன. தேவாரம் பாடுபவர்கள் பழையனூர் பற்றி குறிப்பிடுகையில் அங்கு உள்ள அம்மனைக் குறிக்கும் படி "வண்டார் குழலி" என்று சொல்லுவது வழக்கம். இந்த வண்டார் குழலி எனும் சொல்லுக்கு அர்த்தம் நீல நிறக் கூந்தலையுடையவள் என்பதாகும். அந்தவகையில் நீலகேசி எனும் சொல்லுக்கு இதை மாற்றாகப் பயன்படுத்துவதை அறியலாம்.

சமணத்துறவிகள் அதிகமாக வசித்த இடமாக தொண்டை மண்டலப்பகுதி இருந்துள்ளது. பழையனூர் என்பதும் தொண்டை மண்டலப்பகுதியைச் சேர்ந்த ஊராகும். அக்காலத்தில் சமணர்கள் அப்பகுதியிலே மிகுந்த செல்வாக்கு பெற்றிருந்ததாகத் தெரிகின்றது. அப்பகுதியை ஆண்ட அரசர்களும் சமணர்களாக இருந்தனர். இன்றும் கூட தமிழ் சமணர்கள் அப்பகுதிகளில் வசித்து வருகின்றனர். எனவே சமண இலக்கியமான நீலகேசியில் குறிப்பிடும் நீலகேசி என்பது பழையனூர் நீலியாகத்தான் இருக்க வேண்டும்.

தேவாரத்தில் நீலி

சம்பந்தரின் தேவாரத்திலும் நீலி பற்றிய பதிவு காணப்படுகின்றது.

புராணத்து நீலி காளியல்லள். மனித ஆவியின் வடிவான பேயே ஆவாள் என்ற விளக்கமும் காணப்படுகின்றது. இது தவிர தொண்டை மண்டல சதகம், திருக்கை வழக்கம் முதலிய நூல்களிலும் 'நீலி' உலா வருகிறாள். நீலியட்சசானம் என்னும் பிற்கால நூல் முன்பு கூறப்பட்டக் கதையை ஊதிப் பெருக்கிய நூல். காஞ்சிபுர வணிகனின் முற்பிறப்பு வரலாற்றை எல்லாம் இந்த நூல் விவரிக்கிறது.

பழையனூர் பேயை நினைத்து திருஞானசம்பந்தர்

"முனை நட்பாய் வஞ்சப் படுத்தொருத்தி வாணாள்

கொள்ளும் வகை கேட்டஞ்சும் பழையனூர்..."

என திருவாலங்காட்டுத் திருப்பதிகத்தில் பதிவு செய்திருக்கிறார்.

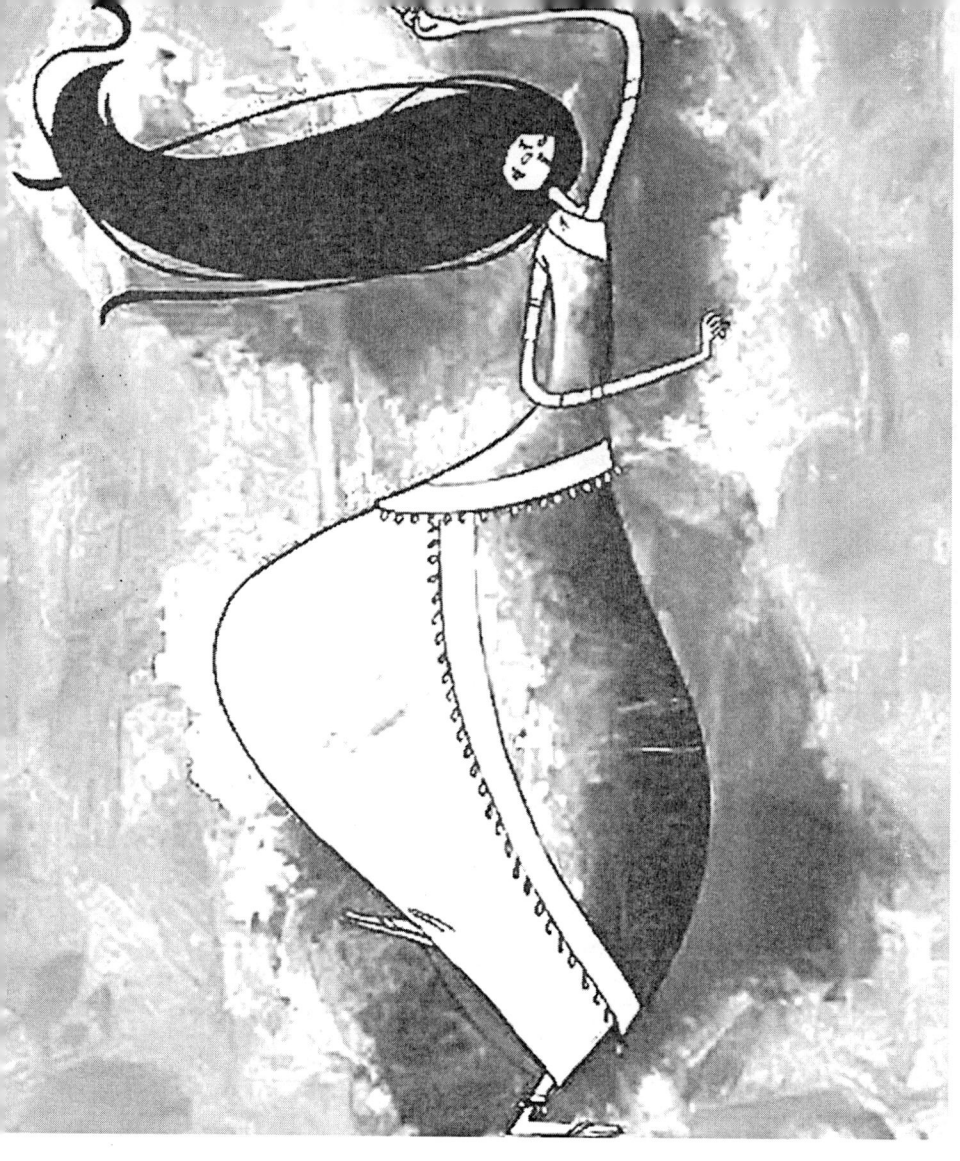

பண்பாட்டில் தொடரும் நீலி கதைகள்

மலையாள மொழியில் 'உண்ணு நீலி சந்தோசம்' என்னும் பெயரில் நீலியின் கதை உலா வருகிறது. இவை தவிர சமணர் இல்லறம் பற்றி விளக்கும் சமந்தபத்திர அடிகளின் இரத்தினக் கண்டகம் என்ற நூலில் விவரிக்கபட்ட நீலி பற்றி சக்ரவர்த்தி நாயனார் குறிப்பிடுகின்றார்.

வசபாலன் என்னும் வட நாட்டு மன்னன் ஆண்ட பிருகு கச்சம் எனும் ஊரில் வாழ்ந்த ஜீனதத்தன் என்பவரின் மகள்தான் நீலி என்பவள். அவள் அழகானவள். அதே ஊரில் வசித்த

வணிகன் சாகர தத்தன் அவள் மீது காதல் கொள்ளுகின்றான். ஆனால் நீலியின் பெற்றோர் அவன் சமண மதத்தைச் சேர்ந்தவனல்ல, புத்த மதத்தைச் சேர்ந்தவனாதலால் அவனுக்கு நீலியை மணம் செய்து தர மறுக்கின்றனர். ஆனால் அவன் பொற்றோருடன் நாங்கள் சமணர்தான் என பொய்யைக் கூறி அவளை மணமுடிக்கின்றான். பின்னர் உண்மை தெரிந்து விடுகின்றது. மணமுடித்து வந்த அவளை சாகர தத்தனின் பொற்றோர் புத்த மதத்திற்கு மாற வலியுறுத்துகின்றனர். அவள் மறுக்கின்றாள். இப்படி இருக்கையில், ஒரு நாள் வீட்டிற்கு வந்த புத்தத் துறவிக்கு ஊண் உணவை சமைக்குமாறு நீலி கட்டாயப்படுத்தப்பட்டாள். பௌத்தர்கள் அந்தக் காலங்களில் இறைச்சி உண்டனர் என்பதை இக்கதை சுட்டுகின்றது. அவள் சமணப் பெண் ஆதலால் இறைச்சி உண்பதைக் கனவிலும் காணாதவள். இதனால் மிகவும் கோபமாகிய நீலி புத்தத் துறவியின் தோல் காலணியில் ஒன்றை எடுத்து, அதையே இறைச்சியாக சமைத்து பரிமாறுகின்றாள். இதனால் கோபம் கொண்ட கணவனின் குடும்பத்தினர் அவள் கற்பு நெறி கெட்டவள் என்ற பழியைச் சுமத்தி அவளை ஒதுக்கி வைத்தனர். அப்படி அவள் துன்பப்பட்டுக் கொண்டிருந்த வேளையில், அவ்வூரின் அடைபட்டக் கோட்டை வாயிலை யாராலும் திறக்க முடியாத நிலை இருந்து வந்தது. அங்கு சென்று நீலி திறக்க முயல, நீலியின் கைபட்டு அது திறந்தது. அவள் கற்பின் சக்தியால்தான் இது நிகழ்ந்தது என மக்கள் போற்றி அவளை வணங்கத் தொடங்கினர். அவள்தான் மற்றும் ஒரு நீலி.

இப்படிப் பல கதைகளைச் சுமந்த நீலி எனும் பேய்தான் நீலகேசியாக உருகொள்கின்றது. அப்படிப் பட்ட பின்னணி கொண்ட நீலிப் பேய் இப்போது முனிச் சந்திரனை அடக்க வந்துள்ளது. ஆனால் நீலகேசி என்ற அந்தப் பெண் பேயும் என்னென்னவோ செய்து பார்த்தும் முனிச்சந்திரனிடம் பலிக்கவில்லை. ஒரு வழியாக அவருடைய ஞானத் தன்மையை உணர்ந்த நீலகேசி அவரிடம் சரணடைகிறாள். அவரின் மாணவியாகவும் மாறுகிறாள். அவர் அவளுக்கு சமண தத்துவத்தை விரிவாக போதிக்கின்றார். குருவின் வழிகாட்டுதலாலே சமண தத்துவங்களையும் அறத்தையும் ஆழமாக உணர்ந்து கற்ற நீலகேசியைப் பிற நாடுகளுக்கும் சென்று அதை பரப்பச் சொல்லுகின்றார்.

நீலகேசி இப்போது ஞானம் பெற்ற பேய் வடிவினள். அவளுக்கு ஏற்கனவே பல சித்திகள் சாத்தியமாகி இருந்தன. தற்போது அவள் சமணக் கடவுள் அருகதரின் அருளைப் பெற்றவளாகவும் ஆகினாள். எனவே அவள் சமணத்தின் பெருமையை நிலை நாட்டும் இலட்சியத்தோடு தன் தத்துவப் பயணத்தைத் தொடங்குகிறாள்.

இங்கு கவனிக்க வேண்டிய ஒரு விஷயம் உள்ளது. இந்தியாவிலே, ஏன் உலகிலேயே முதலில் மதமாற்றம் செய்தது பௌத்தமும், சமணமும்தான். குருநாதரின் வழிகாட்டுதலின் படியே நீலகேசி அக்காலத்தில் தழைத்திருந்த பல மெய்யியல் கோட்பாடுகளை மக்களுக்குப் போதித்து வந்த ஆளுமைகளைச் சந்தித்து வாதம் புரிய, அவர்களை வாதத்தில் தோற்கடித்து தன்னுடைய சமண மதமாகிய அருகத மதத்தை நிலைநாட்டப் புறப்பட்டாள். அவள் சந்தித்த சமயவாதிகளின் சமயங்களைக் கொண்டு பழந்தமிழகத்தில் தழைத்திருந்த சமயங்கள் பற்றி நாம் அறிய முடிகின்றது.

அக்காலக் கட்டத்தில் தழைத்தோங்கிய சமணம் எப்படி தமிழகத்தில் பலவீனப்பட்டு, அழிந்து போனது என்ற கேள்விக்குப் பல பதில்கள் காணப்பட்டாலும், சமணம் வலியுறுத்திய புலால் மறுப்புக் கோட்பாட்டை, பெருவாரியான தமிழர்களால் கடைபிடிக்கப்பட இயலவில்லை என்பதே முக்கிய காரணங்களில் ஒன்றாகும். அது தவிர சைவ சமய நெறியினர் பௌத்தத்தையும், சமணத்தையும் ஒழிக்கப் பல செயலகளைச் செய்தனர். திருஞானசம்பந்தர் புத்த சமயத்தினரை விட சமணர் மீது அதிக பகை கொண்டிருந்தார். அதற்குக் காரணமாக அவர் கூறுகின்றார்: "சமணர்கள் வேதே வேள்விகளை எதிர்ப்பவர்கள், பார்ப்பனர் பயிலும் வேதங்களையோ, அவற்றின் சடங்குகளையோ அவர்கள் பயிலுவதில்லை. அவர்கள் வேத நெறியை மறுப்பதையே தொழிலாகக் கொண்டவர்கள். ஆகவே அவர்களை அழித்தே தீரவேண்டும்" (நீலகேசி உரை நூல், சக்கரவர்த்தி நாயினார்). எனவே சைவர்கள், அப்போது சமணத்தைத் தழுவி இருந்த சோழ மற்றும் பாண்டிய மன்னர்களை சைவத்தைத் தழுவச் செய்தனர் என்பது வரலாற்றுச் செய்தியாகும். இப்படி மன்னரை மாற்றியவர்கள், பல கொடுமையான நடவடிக்கைகள் மூலம் சமணரையும், சமணத்தையும் அழித்தனர். ஆனால் சமணம் பேசும் செவ்விலக்கியங்களை அவர்களால் அழிக்கமுடியவில்லை என்பதற்கு ஒரு எடுத்துக்காட்டுதான் நீலகேசி.

05 சமண தத்துவத்தின் முக்கிய கூறுகள்

நீலகேசி பிற சமயத்தினருடன் வாதப் போர் செய்வதை அறிவதற்கு முன் சமணத்தின் மையக் கருத்துக்கள் யாவை என்று அறிவது முக்கியமாகும்.

இந்தியச் சமயங்கள் கொல்லாமையை வலியுறுத்தினாலும், சமணம் தான் மிகவும் ஆழமாக, வலுவாக அதை வலியுறுத்துகின்றது. இந்தக் கொல்லாமை எனும் கோட்பாடுதான் சமணத்தை வேதக் கோட்பாடுகளை எதிர்க்கச் செய்தது எனலாம். வேத வேள்விகளில் ஆடு, மாடு, குதிரை போன்றவை கொல்லப் பட்டதால் சமணர்கள் வேதங்களை மறுத்தார்கள். எனவே கொல்லாமைதான் இவர்களின் அடிப்படை தத்துவம். அதற்கு அடுத்தது வினைப் பயன். துன்பங்களுக்குக் காரணம் வினைப் பயனே. இதற்குத் தீர்வு அறநெறிகளைப் பின்பற்றுவதே! வீடு பேறு பெறுவதற்கு மூன்று ரத்தினங்களை கடைபிடிக்க வேண்டும். நல்ஞானம், நற்காட்சி, நல்லொழுக்கம் என்ற மூன்று அம்சங்களே அவை.

இவை ஒருவருக்கு அமைவதற்குத் தேவை அருள். அருளைப் பெறத் தேவை அன்பு. எல்லா உயிர்களிடத்தும் செலுத்தும் அன்பு ஏன்று கூறுகிறது சமணம்.

சமணம் 10 தத்துவக் கூறுகளைக் கொண்டு தன்னுடைய கோட்பாட்டைக் கட்டமைக்கிறது. இயக்கம், நிலை, காலம், வெளி, உயிர், பருப்பொருள், நல்வினை, தீவினை, கட்டு, வீடு என்ற பத்து அம்சங்களே அவை. மாற்றங்கள் உலகில் நிகழ்ந்தாலும் மாறாத உண்மைகள் உள்ளன என்பதும் இதன் அடிப்படை மெய்மை. நிலையானவற்றிற்கு உள்ளாகத்தான் மாற்றங்கள் நிகழ்கின்றன என்று கொள்ளுகின்றது. சமணம் முன்வைப்பது சத்காரியவாதம் எனும் கோட்ப்பாடு என்றாலும், அதற்குள்ளாகவே உலகத் தோற்றத்துக்குக் காரணம் பற்றி விளக்குகையில் அதை சதசத்காரிய வாதம் என்னும் விளக்கத்தை சமணம் கைக் கொள்கிறது. ஒரு பொருள் உருவாவதற்குக் காரணங்கள் நான்கு என்கிறது. இதுவே சதசத்காரியா வாதம். பெயர், உருவம், பொருண்மை மற்றும் செயல் என்ற நான்கே அவை ஆகும்.

நீலகேசி கடவுள் வாழ்த்துப் பகுதியுடன் தொடங்குகின்றது. அதில் கடவுளாக அருகதர் அல்லது அருகனையே கடவுளாக வணங்குகின்றது. சமண சமயம் அருகனை தீர்த்தங்கரர் என்று குறிப்பிடுகின்றது. தீர்த்தங்கரர் என்பதற்குக் கடலைக் கடக்கும் வழியைக் கண்டறிந்தவர் என்று பொருள். பிறவிப் பெருங்கடலைக் கடப்பதற்கு வினைகள் அழிக்கப்பட வேண்டும். அவ்வினைகளை அழிப்பதற்கு உரிய வழியை கண்டறிந்த அருகனையே சமணர்கள் இறையாக ஏற்று வழிபடுகின்றனர். எனவே சமணர்களின் இறைபக்தி அருகபக்தியாக வெளிப்படுகின்றது. சமணர்கள் ஆதிநாதர் தொடங்கி மகாவீரர் வரையிலான 24 தீர்த்தங்கரர்களை அருகனாக வழிபடுகின்றனர். அவற்றுள் -24வது தீர்த்தங்கரரான மகாவீரரை மிக முதன்மையான தீர்த்தங்கரராக சமணர்கள் எண்ணுகின்றனர்.

நீலகேசியும் சமணர்களின் அருகபக்தியை மிக நுட்பமாக வெளிப்படுத்துகின்றது.

சமண மெய்யியல் அருகனை மையமிட்டே விளக்குகின்றது. எனவே சமண நூலாகிய நீலகேசியின் கடவுள் வாழ்த்துப் பாடல் அருகனின் இயல்பை விளக்கும் முதன்மையான பாடலாக அமைகிறது.

காட்சி வகை தான் கடவுள் முதலாய
மாட்சிமை அமைந்த பொருள் எட்டும் மனத்து வைத்து
மீட்சி யிலதாய் விரிந்துந்திய இன்ப வெள்ள
வேட்கை யதுவாம் தெளிவு என்றனர் வென்றவரே!

(நீலகேசி-121)

எனக் கடவுளை முதலாகக் கொண்ட எட்டினையே மனதில் இருக்க வேண்டும் என்று நீலகேசி குறிப்பிடுகிறது. இங்குக் காட்சியை வலியுறுத்தும் நீலகேசி கடவுளாகிய அருகனையே முதலாகக் கொண்ட எட்டு பொருள்கள் பற்றி விளக்குகிறது. கடவுளாகிய அருகனின் இயல்புகளைக் கீழ்க்கண்டவாறு விளக்குகிறது.

நல்லார் வணங்கப்படுவான் பிறப்பாதி நான்கும்
இல்லான் உயிர்களுக்கு துயரின்பமாக்கும்
சொல்லான் கருமச்சுடர் எனும் தொன்மையினான்
எல்லாம் உணர்ந்தான் அவனே இறையாக ஏத்தி.

நல்லவர்களால் வணங்கப்படுபவன், பிறப்பை முதலில் கொண்ட நால்வகைத் துன்பங்களிலிருந்து விடுபட்டவன், அனைத்து உயிர்களுக்கும் துன்பத்தைப் போக்கி உயரிய நல்லின்பத்தை அளிக்கக்கூடிய திருமொழியை உடையவன். தொன்மை வாய்ந்த அறத்தின் ஒளியை உடையவன். மூவுலகங்களிலும், முக்காலங்களிலும் நடக்கும் நிகழ்வுகளை ஒரே நேரத்தில் முழுவதும் உணரும் ஆற்றலைப் பெற்றவர் என அருகனின் இயல்புகள் இங்கு விளக்கப்படுகிறது.

இந்த விளக்கங்கள் சமீபகாலங்களில் ஆன்மீகப் பரப்பில் சித்தர் மரபில் மனிதர் பெறும் பேரறிவிற்கு, ஞானத்திற்கு உரிய பண்புகளாகப் பேசப்படுவது மட்டுமல்ல, அக்குணங்களை தாங்கள் அடைந்துள்ளதாக கூறும் யோகிகளையும் காணமுடிகின்றது. ஒருவகையில் சமணம் பேசும் அருகர் ஒரு சித்த புருஷராகவே தோன்றுகின்றார். மேலும் இம்மாதிரி ஞானம் பெற்றவரையே சமணம் கடவுளாகக் கொள்ளுகின்றது எனில் அங்கு ஆத்திக மத வேதங்கள் முன்வைக்கும் கடவுள்கள் ஒதுக்கப்படுகின்றனர் என்பதே பொருளாகின்றது. ஆக அருகரைப் போற்றிப் பாடிய பின் நீலகேசி மேற்கொண்டத் தத்துவப் பயணத்தை ஆசிரியர் தொடருகின்றார்.

சமணம் பற்றிய ஞானம் பெற்ற நீலகேசி இந்திய பரப்பிலிருந்த பல்வேறு சமய போதகர்களைச் சந்திக்கக் கிளம்பினாள். முதல் கட்டமாக அவள் நோக்கம் பௌத்தம் மீதான அறிவுத் தாக்குதலே. வேத நெறியை மறுத்தாலும் பௌத்தர்கள் புலால் உண்டு வந்தது அவளுக்கு ஏற்புடையதாக இல்லை. மேலும் புத்தரின் அனாத்துமவாதம் எனப்படும் ஆன்மாவே கிடையாது என்ற வாதமும் அவளுக்கு ஏற்புடையது அல்ல. புத்த மதத்தைப் பரப்பி வந்தவர்களுள் சிறந்தவள் குண்டலகேசி. எனவே முதல் நபராக அவளிடம் வாதிடச் சென்றாள்.

பாஞ்சால நாட்டில் காம்பிலி நகரில் அவள் வசிக்கின்றாள் என்பதை அறிந்து அங்கு சென்றாள். நீலகேசி என்ற பாத்திரம் ஒரு கற்பனையானப் படைப்பு என்பதை நாம் நினைவில் கொள்ள வேண்டும். ஆனால் அப்படி நாம் நினைக்க முடியாதபடி இப்படைப்பின் ஓட்டம் நம்மை இட்டுச் செல்லும். குண்டலகேசி என்பவளும் அப்பகுதி அறிஞர்கள் யாரும் வாதத்தில் வெல்ல முடியாத நிலையில் இருந்தாள். அவ்விடம் சென்று நீலகேசி தான் குண்டலகேசியிடம் வாதம் செய்ய விரும்புவதாகத் தெரிவிக்கின்றாள். இதிலிருந்துதான் நீலகேசி நூலின் சாரம் தொடங்குகிறது.

06 குண்டலகேசியுடன் வாதம்

தென் பாஞ்சால நாட்டில் காம்பிலி நகரில் குண்டலகேசி வாழ்ந்து வந்தாள். அங்கு அவள் பிற சமயத்தினரை வாதத்திற்கு அழைத்து சவால் விட்டுக் கொண்டிருந்தாள். அவளிடம் வாதம் செய்து வெற்றி கொள்வது அவ்வளவு எளிதானதல்ல. எனவே யாரும் அவள் சவாலை ஏற்கத் தயக்கம் காட்டியே வந்தனர். அந்த இடத்திற்கு நீலகேசி செல்கின்றாள். செல்வதற்கு முன் ஜீன பகவான் கோவிலுக்குச் சென்று வணங்கினாள் என்பதை ஆசிரியர் குறிப்பிடுகின்றார். உயிர் எனும் ஆன்மா என்பதை பௌத்தம் ஏற்கவில்லை. இவையிரண்டும் சமணக் கொள்கைக்கு எதிரானவை. எனவே தர்க்கம் மூலம் இந்த விஷயங்களை விவாதித்து குண்டலகேசியை வெற்றி கொள்ள முடிவு செய்தாள் நீலகேசி. அவ்வூர் அரசவைக்குச் சென்று தான் குண்டலகேசியிடம் வாதிட விரும்புவதாக தெரிவித்தாள். அரசனும் மகிழ்ச்சியுடன், சொற் போருக்கு ஏற்பாடு செய்தான். அவனே நடுவராகவும் அமர்ந்தான்.

குண்டலகேசியும் வாதத்திற்கு ஒப்புதல் தெரிவித்தாள். வாதம் பொது அவையில் தொடங்கியது.

குண்டலகேசியை அவளுடைய புத்த சமய தத்துவங்களை முதலில் விளக்கச் சொல்லி கேட்கின்றாள் நீலகேசி.

ஆதிதான் பெரியனாயறக்கெடு மளவெல்லா

மூதியமே யுணர்ந்தவனுறுதரும மேயுரைத்தான்

யாதனையுந் தான்வேண்டானயலார்க்கே துன்புற்றான்

போதியா னெம்மிறைவன் பொருந்தினா ருயக்கொள்வான் *(நீலகேசி-176)*

பெருமைக்குரியவனும், நிர்வாணம் எய்தும் துணையும், பிற உயிர்க்கு இன்பம் தந்தவரும், அன்பு எனும் தருமத்தை போதித்தவரும், எப்பொருளையும் விரும்பாதவனும், பிறருக்காகத் துன்பம் அடைந்தவனும், தன்னை அண்டி வந்தாரை வாழ வைக்கும் புத்த பகவானே எமது தலைவன் என்றாள்.

ஒரு சமயம் உருவாக வேண்டுமானால் அதற்கு அடிப்படையாக ஒரு தெய்வ வாக்குக் கொண்ட நூல் வேண்டும். அடுத்ததாக மரபு, அதை ஒட்டி உலகம் மற்றும் பிற பொருட்கள் பற்றிய விளக்கங்கள் இவற்றுடன் உலகம் மற்றும் மனிதர்களின் செயல்பாடுகள் ஆகிவற்றை விளக்குவதே எம் சமயத்தின் அடிப்படை என்கின்றாள் குண்டலகேசி. அதே போன்று புத்தர்தான் புத்த சமயத்தின் தலைவர். அவரே பரம்பொருளாகவும் ஆகின்றார். உலகின் தொடக்கம் முதல் உள்ளவர் என்ற பெரும் விளக்கத்தை புத்தருக்குத் தருகின்றாள் அவள்.

முந்துரைத்தான் முந்நூலு மந்நூலின் முடிபொருடா

மைந்துரைப்பி லுருவுழப்பறிவோடு குறிசெய்கை

சிந்தனைகட் செலவோடுவரவுபே நிலையில்லை

தந்துரைப்பி னெரிநுதி போற்றாங்கேடு நிகழ்வென்றாள். *(நீலகேசி-177)*

வினையபிடகம், சூத்திர பிடகம் அபிதர்ம பிடகம் என்ற மெய் நூல்களின் பொருளாகக் கூறிய ஐந்தையும் பிரிவாகச் சொன்னால் உருவஸ்கந்தம், நுகர்ச்சி ஸ்கந்தம், அறிவுஸ்கந்தம், குறிஸ்கந்தம், செயற்ஸ்கந்தம் என விரியும். இவற்றை ஆராய்ந்தால் தோற்றமும்,

அழிவும் நிலையின்மையைக் காட்டும். ஒரு உவமை சொன்னால் அது விளக்கின் நுனி போல எழும். எனவே பௌத்தத்தின் மூன்று பீடக நூல்களை அருளியவரும் அவரே என்கின்றாள். புத்தர் எந்த நூல்களையும் எழுதவில்லை என்பது வரலாற்றில் சொல்லப்பட்டாலும், அவர் தெய்வவாக்காக இவற்றை அருளியிருக்கின்றார் என்பதே நம்பிக்கை. இப்படி குண்டலகேசி விளக்கியதின் அடிப்படையில் நீலகேசி தன் கேள்விகளைத் தொடுக்கின்றாள்.

நீலகேசியின் மூலமாக நூலாசிரியர் தர்க்கத்தை முன்வைக்கின்றார். இது தமிழ் மரபில் தத்துவார்த்த உரையாடல்கள் செழுமையாக இருந்தன என்பதற்குச் சான்றாக விளங்குகின்றது. பொதுவாக இறையின் பண்புகளைப் புகழும் பல பாடல்கள் மூலமே நாம் சமய தத்துவங்களைத் தமிழ்ப் பரப்பில் அறியவருகின்றோம். தத்துவங்கள் கூட பாடல்களில் வெளிப்படுத்தப்பட்டிருக்கும். ஆனால் கருத்து மோதல்களாக பிற சமயவாதிகளுடன் வாதம் செய்வது போல அவை இருப்பது மிகவும் சொற்பமே. பிற சமய கருத்துக்களை விமர்சனம் செய்து நிராகரிப்பது என்பது இருந்த போதிலும், அவை எதிர் தரப்பின் தர்க்க வாதங்களையும் உள் வாங்கி அவற்றிற்குப் பதில் தருவது போன்ற உரையாடல் வடிவங்களில் அவை இருப்பதில்லை. சாடல்களாக பல சமய தத்துவ வெளிப்பாடுகள் உள்ளன. நீலகேசி புத்தரின் ஆதித்தன்மை பற்றிய கேள்வியை எழுப்பினாள்.

முன்னெனப் படுவதுதான் முதலில்லாத் தடுமாற்றம்
அன்ன தன்கட் பெரியனேலறங்கொண்ட தவமாகும்
பின்னதன்கட் பெரியனேற்பிறழ்வெய்துங் காலச்சொ
லென்னென்றான ரியவாறிருமையினுந் திரிந்தென்றாள்
(நீலகேசி-179)

ஆதி அந்தம் அவனது பிறப்புச் சுழற்சிக் காலம் அன்றோ? அந்தக் காலத்தில் பெரியவன் என்றால் அவன் அறவொழுக்கம் வீணாகும். கௌதமன் புத்தனாக மாறுவதற்கு முன் என்னவாக இருந்தான், புத்தனான பின்னர் தான் அவன் பெரியவனானன் என்றால் ஆதி என்னும் சொல் பிழையாகும். இந்த நிலையில் அவன் எவ்வாறு பெரியவன் ஆவான்? கடவுள் ஆவான்? என்று நீலகேசி வினவினாள்.

புத்தரை முழு முதற் கடவுள் என்ற நிலையில் குண்டலகேசி வைத்ததை நீலகேசி ஏற்கவில்லை. முழுமையானவரும்,

நிறைவானவரும் ஏன் ஒரு பிறவி எடுத்து அல்லல் படவேண்டும் என்று கேட்கும் நீலகேசி அவர் வினைகளை முற்றிலும் அறுத்தவரானால் அவருக்கு ஏது பிறவி, அவர் பிற மனிதர்களும் மீட்சி அடையவேண்டும் என்பதனால் பிறவி எடுத்து வந்தார் எனில் ஏன் இப்போது எடுப்பதில்லை? ஏன் அச்சேவையை தொடராது நிறுத்திக் கொண்டார்? உயிர்கள் எல்லாவற்றின் நலனுக்காகவும் சுத்த பீடகங்களை அருளினார் என்றால் புலால் உண்ணுதலை அவர் ஏன் கடுமையாக எதிர்க்கவில்லை? மறுக்காதது மட்டுமல்ல....ஏன் அசைவ உணவு உண்பதை அவர் ஆதரிக்கவும் செய்தார்? உயிர்களை எடுக்கும் இந்த வழக்கத்தை எதிர்க்காத உங்கள் அறக் கோட்பாடு எந்த வகையில் உயர்ந்தது? போன்ற அதிர்ச்சியூட்டும் வினாக்களை அள்ளி வீசிய நீலகேசி குண்டலகேசியைப் பார்த்து,

'அது இருக்கட்டும் உலகைப் பற்றிய உங்கள் நிலைப்பாடு என்ன?'- என்று கேட்டாள்.

“இந்தப் பிரபஞ்சம் ஐந்து ஸ்கந்தங்களால் ஆனது. இவையே மூலப் பொருட்கள். இவை நிலையானவை அல்ல. தோன்றி மறையக்கூடியவை. எனவே இவைகளால் உண்டான உலகமும் கணம் தோறும் மாறும் நிலை கொண்டது. இதைத்தன் ஷனிக வாதம் என்கிறோம் “ - என்றாள் குண்டலகேசி.

இந்த நிலைப்பாடு மெய்யியலில் மிகவும் பெரிய பிரச்சினையாகப் பேசப்படும் ஒரு நிலைப்பாடு. எல்லாம் மாறும் என்றால் எது மாறாத மெய்மை என்ற வினா எழுப்படும்.

ஐங்கந்த மெனல்பிழைப்பா மறிவினின்வே றாதலாற்
சிங்குந்தன் குறியுழப்புச் செய்கையென் றிவைமூன்று
மிங்கொன்று முருவினோடிரண்டென்னாய்
மிகவுரைத்தாய் சங்கந்தா மல்லவேற்றத்துவமுந்
தலைப்பட்டாய். *(நீலகேசி-194)*

இவள் சொன்ன ஐவகை ஸ்கந்தமும் பிழையானவை. அவை வேறு வேறு செயல்களைக் குறிக்கும். குறி ஸ்கந்தமும் உழப்பு ஸ்கந்தமும் செயல் ஸ்கந்தமும் ஒழுகலால் கெடும். இவற்றில் முதல் ஸ்கந்தம் பண்புகள் இல்லாமல் கெடும். இங்கு அறிவாகிய அருவ ஸ்கந்தமும், உருவ ஸ்கந்தமும் எஞ்சியுள்ளன என்பதே இப்பாடலின் பொருள்.

அதாவது குண்டலகேசியின் பதிலைக் கேட்ட நீலகேசி உங்கள் விளக்கப்படி மூலப் பொருட்கள் ஒவ்வொன்றும் மற்றொன்று தோன்றுவதற்கு முன்பே இல்லாமல் போகின்றது. ஒரு நிகழ்வுடன் அடுத்த நிகழ்வு தொடர்பு இல்லாததாகின்றது. இதை அசத் காரிய வாதம் என்றும் கூறுகின்றனர். காரணக் காரிய தொடர்பு அற்று போகின்றது அல்லவா? இந்த இடத்தில் வாசனை என்றத் தத்துவம், அல்லது ஒன்றுக்கொன்று பற்றுத் தொடர்பு உள்ளது என்ற விளக்கம் மேலும் அர்த்தமுள்ளது அல்லவா? உங்களின் இன்மை வாதம் அர்த்தமற்றது. என்று கூறினாள். காரண காரியத் தொடர்பு தேவையில்லை என்ற வாதத்தை டேவிட் ஹியூம் எனும் மேற்கத்திய தத்துவ நிபுணர் முன் வைப்பார். எந்த ஒரு நிகழ்வுக்கும் காரணம் தேவையில்லை. நிகழ்வுகள் தொடர்ந்து ஒன்றை ஒட்டி ஒன்றாக தொடர்ச்சியாக நடைபெறுவதால் நாம் முன்னதைக் காரணம் என்றும் கருதுகின்றோம் என்பது அவர் வாதம்.

பிளத்த லுள்ளிட்ட வாய்ச்செல் வதிந்திர
னளத்தற் கேலவன் றானறி யும்பிற
னுளத்தை யோரல னேலவன் றேவனாக்
கிளத்த றானோர் கிழமையும் போலுமே *(நீலகேசி-209)*

என்ற பாடலிலும்,

யாவ னாயினு மன்னவ னின்மையிற்
றேவ னென்று தெளியுந் தெளிந்தபின்
சாவ னென்பதோர் சங்கைய மின்றியே
யீவ னென்பதோ ரிச்சையுந் தோன்றுமே *(நீலகேசி-210)*

என்ற பாடலிலும், இந்திரன் புத்தரை சோதிக்க வந்ததாகச் சொல்லும் கதையை நீலகேசி சுட்டிக்காட்டிச் சாடுவது விளக்கப்பட்டுள்ளது.

நீலகேசி கேட்கின்றாள். தத்துவ விளக்கம் இருக்கட்டும். உங்கள் ஜாதகக் கதைகளில் போதி சத்துவர்கள் (அவர்களும் புத்தர்களே!) தலையைக் கூட தானமாக வெட்டிக் கொடுத்ததாகச் சொல்லப்படுகின்றதே. அப்படியாயின் முண்டமாகவே அவர்கள் முக்தி பெற்றனரா? இது பொருளற்ற அபத்தக் கதை அல்லவா? என்று கேட்டவள் மேலும் தொடர்ந்தாள். இம்மாதிரி தலை கொடுத்த கொடைகள் தங்களை சோதிக்க வந்த இந்திரனுக்காக நடைபெற்றன என்ற விளக்கம்

கொடுக்கப்படுகின்றது. அப்படியாயின் முழுமை அடைந்த போதி சத்துவர்களுக்குச் சோதனை ஏன்? தேவனாகிய இந்திரனுக்கு அவர்கள் பூரணம் அடைந்தவர்கள் என்பது தெரியாதா? தேவர் எவரேனும் தன் முன் தோன்றி உடலைப்பிளவு செய்து ஒருவரிடம் கேட்டால் வந்து கேட்பவன் மாயத்தால் வந்த தேவனே என்று அவர் உணர்வார். உணர்ந்த பிறகு இவனால் நான் சாவேனா என்னும் அச்சம் தோன்றாது. அது தோன்றினால் அவனுக்கு நான் ஈவேன் என்னும் ஆசையும் வராது. ஆகவே, தலையைக் கொடுத்தப் புத்தன் அறியாமையால் தற்கொலை செய்து கொண்டவன் ஆவான்." தொடர்ந்து பௌத்த கதைகளைக் கொண்டு நீலகேசி கடுமையான விமர்சனங்களை முன்வைத்தாள்.

புத்தன் உயிரைக் காக்க குரங்காகப் பிறந்து குரங்குகளுக்கு எல்லாம் அரசன் என்ற ஒரு கதையை எடுத்து அதன் முரண்பாடை விளக்கினாள். பத்து வகை ஒழுக்கத்தில் சிறந்த புத்தர் கதையில் அக்குரங்குகளைத் துன்புறுத்திக் கொல்ல வந்த அரசப் பணியாளர்களைக் கையும் காலும் இயங்காமல் செய்து ஆற்று வெள்ளத்தில் தன் வாலை நீட்டி வீழ்த்தியது மாண்பா? என்று வினவினாள்.

"புத்தரின் மீது தாயைக் கொலை செய்தவன் என்ற பழி உள்ளது. அப்படிப்பட்டவர் வள்ளல் தன்மை கொண்டவர் என்கிறாய். மலங்களை எல்லாம் நாங்கள் நாய்க்கு வழங்குகிறோம் என்றால் அது நல்லறமா?" என்பது போன்ற கடுமையான குற்றச் சாட்டுகளை நீலகேசி முன்வத்தாள் என்பதை நீலகேசி நூல் பல பாடல்களில் விளக்குகின்றது. குண்டலகேசிக்கு இதற்கெல்லாம் என்ன பதில் சொல்வது என்று தெரியவில்லை. அவள் தோல்வியை ஒப்புக் கொள்ளவேண்டிய நிலை உருவானது. புத்தர் குறித்த நமது புனித கட்டுமானங்களை உடைக்கின்றாள் நீலகேசி. ஒருவரின் தத்துவத்தை குறை கூறுவது மட்டுமல்ல, அதை முன் வைத்தவரின் வாழ்க்கையையும் விமரிசனம் செய்வது இங்கு நிகழ்கின்றது.

உடனே நீலகேசி குண்டலகேசியிடம் நீ சும்மா இருப்பது ஏன்? உன் ஆசிரியர் யார் என்று கூறுவாயாக என்று கேட்கவும் உஞ்சை மாநகரில் வாழ்கின்ற அருகச்சந்திரன் என்னும் பௌத்த துறவி என்று கூறினாள். அவையிலிருந்த சான்றோர்களும் நீலகேசியின் வாதங்கள் அர்த்தமுள்ளவை என்று கூற மகிழ்ந்த அரசனும் நீலகேசியின் வெற்றிக்கு அறிகுறியாக முரசு ஒலிக்கட்டும் என்று கட்டளையிட்டான். நகரத்தில் பிறரை எள்ளி நகைத்து வந்த

குண்டலகேசியின் தோல்வியை அறிவிக்க, பறைகள் முழங்கின. எம் ஊருக்கு வராதே என்று கட்டளையிட்டு அவளை உஞ்சை நகருக்கு வெளியே கொண்டு போய் விட்டனர். அரசன், காட்டில் உள்ள பூங்கொடியைப் போன்ற அழகு மிக்கவளும், பல மெய் நூல்களையும் பயின்று அறியும் குணம் உடையவளும், காமம் போன்ற உணர்ச்சி மேலிடல் இல்லாதவளுமான நீலகேசிக்குச் சிறப்புகள் செய்தான். ஆனால் நீலகேசி, மன்னனிடம், “நான் எந்த அணிகலன்களையும் அணிவதில்லை, தொடுவதில்லை. பொன் போன்ற பொருட்களையும் மற்றும் பிற பொருட்களையும் தினை அளவும் விரும்ப மாட்டேன். நான் நினைப்பது என்னவென்றால் உன் மனைவியிடம் எப்போதும் அருகக் கடவுளையே நினைத்து இருக்கச் சொல்வாயாக. யான் இங்கு வந்ததன் காரணம் இதுவே என்று கூறி மன்னனிடம் நீ சமண சமய நெறியைப் பின்பற்றி வாழ்நாள் முழுவதும் வாழ்வாயாக” என்று கூறி நீலகேசி மன்னனிடம் விடைபெற்று பௌத்தத் துறவி அருக்க சந்திரனிடம் வாதம் செய்ய அவன் இருக்கின்ற உஜ்ஜயினி நகர் நோக்கி வானத்தில் பறந்து சென்றாள்.

07 அருக்க சந்திரனுடன் வாதம்

அருக்க சந்திரன் உஜ்ஜயினி நகரில் வாழ்ந்து வந்தான். அருக சந்திரன் என்னும் பௌத்தத் துறவி யானைப் படை உடைய அரசர்கள் பலர் தன்னை விரும்பி எழுந்தருள்க என்றும், அமர்ந்தருள்க என்றும் வரவேற்கும் பெருமை உடையவன். சொற்போர் புரிவதில் வல்லவன். அருக்க சந்திரனின் இடத்திற்கு நீலகேசி செல்கின்றாள்.

அருக்க சந்திரன் மலர் பொழிலின் அருகில் உள்ள பள்ளியில் உள்ள ஒரு பீடத்தில் அமர்ந்து அறம் கேட்கும் மாணவர்களுக்கு புத்த சமயம் கூறும் வீடு பேற்றிற்கான தத்துவங்களையும், அது பெறுவதற்குரிய ஒழுக்கமும் பற்றி அறிவுறுத்திக் கொண்டிருந்தான். நீலகேசி அப்பள்ளியில் அவர்கள் அறியாமல் புகுந்து தாராதேவி பாவை போல நின்று அங்கு சொல்லப்படும் நல்லுரைகளைக் கேட்கத் தொடங்கினாள்.

அருக்க சந்திரன் மாணவர்களிடம் வீடுகளுக்குச் சென்று உணவை யாசகமாகப்

பெறும் வழிமுறைகளையும், அவர்கள் தரும் கஞ்சியை எப்படி முதுகை நெளிந்துக் கொண்டு குடிக்க வேண்டும் என்றும், கஞ்சிக்கு வெஞ்சனமாக ஊனால் ஆகிய கறியை எப்படித் தின்னவேண்டும் என்றும் கூறிக் கொண்டிருந்தான். இவை பற்றியெல்லாம் வினய பீடகம் எனும் பௌத்த நூல் எப்படி விளக்குகின்றது என்பதை அவன் சொல்லிக்கொண்டிருந்தான்.

இப்படி மெய்யியல் விளக்கங்களுக்குப் பதிலாக, யாசகம் எப்படி பெறுவது என்று அவன் விளக்கிக் கொண்டிருப்பதாக இந்தக் காட்சியை நீலகேசியின் ஆசிரியர் விளக்குவது பௌத்த தத்துவப் பள்ளிகளை மறைமுகமாக நையாண்டி செய்வதாகத் தெரிகின்றது. அது முடிந்தவுடன் நீலகேசி உரத்த குரலில் "சிறப்பு, நன்று" என்று ஏளனத் தொனியில் சொன்னாள். அதைக் கேட்ட அருக்க சந்திரன், "நீ யார்? ஏன் இப்படி கிண்டலாகப் பேசுகின்றாய்?" எனக் கோபத்துடன் கேட்டான்.

உன் நடைமுறைப் போதனைகளுக்கும், புத்தத் தத்துவங்களுக்கும் நிறைய வேறுபாடுகள் உள்ளன என்றாள் அவள். அவள் தான் விவாதத்திற்கு வந்துள்ளதைத் தெரிவித்தாள். அவனும் சம்மதிக்க விவாதம் ஏற்பாடாகியது.

புத்த சமயத்தின் மிக முக்கிய அற நூலாகிய வினயபீடகத்தை மையமாகக் கொண்டு நீலகேசி தன் வாதத்தை அருக்க சந்திரனிடம் தொடங்கினாள். அருக்க சந்திரன் புத்த தத்துவத்தில் வல்லுனர். ஆனால் அறம் பிறழ்ந்து வாழும் புத்த பிட்சுக்களைப் பற்றி வாதம் செய்வதற்கு அவரால் இயலாது. நீலகேசி இந்தத் தளத்தில் தன்னுடைய விவாதங்களை முன் வைக்கத் தொடங்கினாள். புத்த மதக் கொள்கைகளுக்கும் பௌத்தர்கள் நடைமுறைக்கும் உள்ள முரண்பாட்டை அவள் சாட ஆரம்பித்தாள்.

தன்னை யீந்ததும் தாரங்க ளீந்தது
மன்ன தன்பொருள் கேட்டறங் கொண்டவன்
மன்னு மில்லயன் மாந்தரைக் காணுமேற்
பின்னைச் செய்வன பேசலு மாகுமோ *(நீலகேசி-243)*

இந்தப்படல் போதி சத்துவர்கள் தங்களைத் தானமாகக் கொடுத்தது மட்டுமல்ல, தங்கள் மனைவிகளையும் தானமாகக் கொடுக்கும் செயலை எப்படிப் பார்ப்பது என்று நீலகேசி சாடுவதாக அமைந்துள்ளது.

புத்த ஜாதகக் கதைகளில் போதி சத்துவர்கள் தம் மனைவியையே தானம் செய்துள்ள செய்தியை எப்படிப் புரிந்து கொள்வது என்று கேட்டாள். தானம் கொடுப்பது உயர்ந்த நெறி என்பதால் மனைவியையே ஒருவன் தானமாகக் கொடுத்தால் அது எந்த விதத்தில் சரி என்று கேட்டாள்.

சிங்க தத்த ரெனப்படுந் தேரனார்
சங்க போதியி லாள்கட் டயாச்செய
விங்கி தென்னென வேழாய் தவசிகட்
கெங்கெங் காமி லெனவுரைத் தானரோ *(நீலகேசி-245)*

மற்றொருபுறம் புத்தத் துறவி சிங்கதத்தன் என்பவன் ஒரு பெண் துறவியை பாலுறவு கொள்ள அழைத்தாராம். அந்தப் பெண் துறவியோ இது பெண் துறவிக் கோட்டம். தூய இடம். இங்கே நாம் இப்படிச் செய்வது சரியல்ல என்றாராம், அதற்கு ஆண் துறவி துறவியர்க்கு கோட்டமும் வீடும் ஒன்றுதான் என்று சொன்னானாம். இதைக் கடுமையாக சாடிப் பேசிய நீலகேசி

யாது மில்லை யுயிரென் றறநெறி
யோதி னானவ் வுயிரிலி தன்னொடு
வேத னைதணிப் பான்வினை வீட்டிற்கும்
சாத னைநிற்குஞ் சத்துவ னாமென்றீர்
(நீலகேசி-246)

என்று கேட்கின்றாள். அதாவது பிணத்துடன் உடலுறவு கொண்ட ஒரு துறவி. அதைக் கண்டித்தவரிடம் பிணத்துக்கும், உயிருடன் உள்ள உடலுக்கும் ஏது வேறுபாடு என்று தத்துவார்த்தமாக விளக்கினானாம். இன்னொரு துறவி சிற்றின்பம் புத்த சமயத்திற்கு எதிரானது அல்ல. சமூகம் தவறாக புரிந்து கொண்டதால்தான் இதைத் தவறாக எண்ணுகின்றனர் என்றானாம்.

உரைப்ப பேரரு ளுண்பன மீனொடூன்
றிரைப்ப மெல்லனை செய்வ விழுத்தவம்
கரைப்ப தீவினை கண்டது சூனியம்
புரைப்பின் மார்க்கம் பொருத்த முடைத்தரோ (நீலகேசி-251)

“புத்த சமயத்தவரே நீங்கள் உண்பது மீன்களும் இறைச்சியுமாகும். படுப்பது பஞ்சணைகள். செய்வது தவம். இந்த தவத்தால் வருவது

தீவினை பயன்களே ஆகும். வினை நீங்கி உங்களுக்கு வீடுபேறு எவ்வாறு கிட்டும்? அருகச் சந்திர முனிவரே, உமது சமய நெறி அறிவுக்குப் பொருத்தமானதா?" என்றாள்.

புத்த ருருவுக்கும் போலிக்கும் போலியை
மத்தகத் தேத்தி வணங்கி வழிபடுஞ்
செத்த பொழுதினச் செந்தடி மென்றிடு
மத்த னுடைய வருள்வகை வண்ணம்

(நீலகேசி-255)

புத்தருடைய உருவத்திற்குப் போலியாக சிற்பத்தையும், ஓவியத்தையும் வைத்து வழிபாடு செய்பவர்கள் புத்தர் எடுத்த பிறப்பினை உடைய மான், முயல் போன்றவைகளை ஒத்தவற்றின் இறைச்சியை உண்கின்றனர். இது எப்படிப்பட்ட அறம்? என வினவினாள்.

இப்படியாக ஒழுக்கக் கேட்டை ஆதரிக்கும் பதினெட்டுப் பதிவுகளை நீலகேசி எடுத்துக் காட்டினாள். நிச்சயமாக அருக்க சந்திரன் இந்தக் குற்றச்சாட்டுகளை கேட்டவுடன் பதறித்தான் போயிருக்கக்கூடும். இத்துடன் நீலகேசி நிற்கவில்லை. சரமாரியாகத் தன் குற்றச்சாட்டுக்களை அடுக்கினாள். ஒழுக்கத்தின் அடிப்படை உயிர் எனும் ஆன்மாதான். ஆனால் அதையே இல்லை என்கின்றது பௌத்தம். எல்லாப் பொருள்களிலும் குறையுள்ளது. அழுக்கு உள்ளது என பறைசாற்றுகிறது பௌத்த தத்துவம். அப்படியிருக்கப் புத்தர் சிலைக்கு மலர் கொண்டு பூசைகள் செய்வது சரியா? எல்லாப் பொருளும் தோன்றி மறையும் ஷனிக வாதத்தை முன்வைக்கும் புத்தருக்கு பெரிய கோவில்களும், மடங்களும் எதற்காக? எல்லா உயிரினங்களும் மதிக்கத்தக்கவை எனும் தத்துவத்தை பேசும் பௌத்தர்கள் புலால் உண்பது எந்த வகை நியாயம்? என்பன போன்ற நடைமுறை சார்ந்த பல குற்றச்சாட்டுக்களை நீலகேசி அடுக்கினாள்.

நீலகேசி சொன்னதைக் கேட்ட அருக்க சந்திரன், "நீலகேசியே எங்கள் தலைவர் புத்தபிரான் தீவினைகளுக்கெல்லாம் காரணம் மனம் தான் என்று விளக்கியுள்ளார். அதுதான் தீவினையைக்கூட ஒழுக்கம் போல வெளியில் உள்ளவர்களுக்குத் தோற்றுவிக்கிறது" என்று பதிலளித்தான்.

நீலகேசி கூற்று:

துத்தலே வேண்டிநின்றுதோந்தொடர்ப்

பாடுநீக்காய் சித்தமே நல்லதென்றாற்றேற்றலு
மாவதுண்டோ கத்திகொண்டில் லில்வாழ்பேய்காறலை

வேறுசெய்து குத்தவதின் னும்போழ்திற்கூடுமோகன்
மையேடா (நீலகேசி-602)

“நீ இன்ப நுகர்ச்சியை விரும்புகின்றாய். ஆகவே நான் என்ன செய்தாலும் மனம் தூய்மையாக இருந்தால் போதும் என்கின்றாய். உன் வீட்டில் வாழும் பேராசை என்னும் பேய்கள் கத்தியைக் கொண்டு உன் காலையும், தலைகளையும் குத்தித் தின்னும்போது நீ சொன்ன நன்மை உனது நெஞ்சில் இருக்குமா என்று நினைத்துப்பார். மனம் என்பது தூய்மையாக இருப்பதை பேராசைகள் விடுவதில்லை. அதற்குக் கடுமையான நோன்புகள் அவசியம்” என்பதை அவள் வலியுறுத்துகின்றாள்.

இந்தச் சருக்கத்தில் தத்துவப் பிரச்சினைகளை விட செயல்முறைகளில் உள்ள குறைகளையே ஆசிரியர் நீலகேசி மூலம் முன் வைக்கின்றார். பிறகு நீலகேசி அருக்க சந்திரனிடம், “புத்த சமய நெறி பொய்யென்று கருதி கைவிடுக. அருக்க தேவனின் நல் ஞானம், நற்காட்சி, நல்லொழுக்கத்தைப் பெற்றுக் கொண்டு நின்றால் பேரின்பத்தை அடையலாம்” என்ற அறிவுரையை வழங்கினாள்.

ஒரு தத்துவத்தின் பிறழ்ச்சியான செயலாக்கங்களை நியாயப்படுத்துவது இயலாத காரியம். ஆகையால் இந்த நிலையில் அருக்க சந்திரன் நீலகேசி யின் குற்றச்சாட்டுகளில் நியாயமும் உண்மையும் உள்ளதை ஏற்கின்றான். நீலகேசியின் மூலம் சமண மதத்தத்துவங்களை அறிகின்றான். சமண அறக்கோட்பாட்டின் மூன்று ரத்தினங்களை வாழ்வில் கடைபிடிக்க உறுதி பூண்டு சமணராக மாறுகின்றான்.

ஒருபுறம் நூலாசிரியர் சமணத்தின் மெய்யியலை முன்வைக்கும் வேளையில் அக்காலத்தில் அதற்குச் சவாலாக திகழ்ந்த பிற சமயத் தத்துவங்களைக் கோட்பாட்டு ரீதியாக நீலகேசி மூலம் விமரிசித்தாலும், மறுபுறம் பிற சமய பிரச்சாகர்களின் நெறி பிறழ்ந்த வாழ்க்கை பற்றியும் கடுமையாக விமரிசிக்கின்றார். இதன் மூலம் அக்காலத்திலேயே சமயக் கோட்டங்களில் அறப் பிறழ்வுகள் இருந்தன என்பது மட்டுமல்ல, அவை நியாயப்படுத்தவும் செய்யப்பட்டன என்பதும் புரிகின்றது.

08 மொக்கலனுடன் வாதம்

நீலகேசி நூலில் முதல் கட்டமான மெய்யியல் தாக்குதல் என்பது பௌத்தத்தின் மீதுதான் தொடுக்கப்படுகின்றது. அக்காலத்தில் வேதாந்த தத்துவங்கள் பெரிய அளவில் ஸ்திரப்படவில்லை என்பதும் அதற்குரிய காரணமாகக் கொள்ளலாம். அருக்க சந்திரனை அடுத்து நீலகேசி பதுமபுரம் எனும் ஊருக்குச் சென்று அங்கிருந்த புத்தரின் நேரடி சீடரான மொக்கலன் என்பவரை வாதத்திற்கு அழைக்கின்றாள். குண்டலகேசி எனும் நூல் பௌத்தத்தை வலியுறுத்தி விளக்கும் நூலாகும். ஆனால் அதன் எல்லா பகுதிகளும் கிடைக்கவில்லை. ஆனால் நீலகேசியில் விவாதிக்கபடும் சில அம்சங்களைக் கொண்டு குண்டலகேசியின் சாரத்தை அறியலாம்.

பதுமபுரத்தில் கொடிகள் கட்டப்பட்ட மகர மீன் போன்ற கோபுரத்தையும், தூண்களின் வரிசையையும் கொண்டு சொர்க்கத்தை விடவும் சிறப்புடன் விளங்கிய மொக்கலனுடைய பள்ளியைக் கண்டாள். அங்குள்ள துறவிகள் மகர மீன் வாழ்கின்ற கடலை மரக்கலத்தால்

கடந்து போய் அந்த நாட்டில் கொண்டுவந்து சேர்த்த வளங்களையும் கண்டு வியக்கின்றாள். பின்னர் மொக்கலனைச் சந்தித்து உரையாடல் நிகழ்த்தத் தொடங்கினாள். மொக்கலனுடன் பல புத்த துறவிகள் இருந்தனர்.

நீலகேசி துறவிகளைப் பார்த்து கேட்டாள்:

துன்னஞ்செய் தாடையைத் துவர்தோய்த்துக் கொட்டியும்
பொன்னஞ்செய் புத்தங்கப்புகையூட்டிக் கைசெய்து
தன்னமு மளித்தாயதலைசொறியு மிடையிலையா
லென்னவற்றி னாம்பயனையெனக்கறிய வுரையென்றாள்
(நீலகேசி-270)

“நீங்கள் உமது ஆடையைத் தைத்து மருத மரத்தின் துவரைச் சேர்த்து மனப்புகை ஊற்றி ஒப்பனை செய்து போற்றுகின்றீர்கள். அது எதற்காக? இந்த ஆடையால் உமக்கு என்ன நன்மை?” என்று கேட்டாள்.

ஆங்கவ ளதுவுரைப்பவதற்குரிய மறுமாற்றந் தாங்களு
மரைக்கில்லார் தலைசாய்த்தங் கிருந்தார்
மூங்கைமையான் மொழிகொண்டேன்மொக்கலநற்
றேரயான் பாங்கினால் வினவுவன்படிறின்றி
யுரையென்றாள் *(நீலகேசி-271)*

அங்கிருந்த துறவிகள் நீலகேசிக்கு மறுமொழி சொல்லாமல் அமைதியுடன் இருந்தனர். காவியைக் கட்டுவது வீடுபேறுக்கு என்றால் அறிவை வேண்டாமல் வீடு பேறு கிட்டுவதில்லை. துவராடைதான் சிறந்தது என்றால் எளிதாகக் காவியைக் கட்டும் செல்வர்கள் எல்லோரும் வீடு பேறைப் பெற்று விடுவார்கள் அல்லவா? என்று கிண்டலாகக் கேட்டாள்.

மொக்கலனுடன் பேசத் தொடங்கிய முதல் கட்டத்தில் நீலகேசி சமணத் துறவிகளின் எளிமையான வாழ்க்கை முறையை புகழத் தொடங்கினாள். சமணத் துறவிகள் ஆடையைத் துறந்து இயற்கை சூழலிலே தங்கள் இருப்பிடத்தை அமைத்து வாழ்பவர்கள். ஆனால் புத்தத் துறவிகளோ பல வகை தையல்கள் கொண்ட நல்ல ஆடைகளை அணிகின்றனர். பகட்டான துணிகளால் ஆக்கப்பட்ட ஆடைகளை அவர்கள் அணிகின்றனர். முதற்காலத்தில் புத்தர் கந்தல் துணிகளை தைத்து ஆடையாக உடுத்தினார். ஆனல் இப்போது காவி ஆடைகளாக அவை மாறிவிட்டன. காவி நிறமேற்றப்பட்ட துணிகள் பிரத்யேகமாக

உருவாக்கப்படுகின்றன. ஆக புத்த துறவிகள் எளிமையான வாழ்க்கை முறையை விட்டு விலகிச் செல்லுகின்றனர் சரியா? என்ற ஒரு குற்றச்சாட்டை அவள் வீசினாள். மேலும் உடலைச் சுற்றிலும் இப்படி போர்வையாக ஏன் போர்த்திக் கொண்டு இருக்கின்றீர்கள், உடலை அப்படி எதற்கு மறைக்கவேண்டும் எனவும் வினவுகின்றாள்.

"மனத்தூய்மையே நன்மையாகும். நீ உறுப்புக்களைப் போர்வையால் மறைத்துக் கொள்வது உடம்பைத்தான். மனதை அல்ல. காணப்படும் பொருளை இது பெண் என்றும் மற்றவை என்றும் வேறுபடுத்திப் பார்ப்பது அறிவுடமை அல்ல. உன் கண்கள் உன் நெஞ்சத்தைக் கலக்கும். எனவே, அதை மூடி பாதுகாக்க வேண்டும். நீ அவ்வாறு செய்யவில்லை.

பெண்பாலார் கண்டக்காற் பேதுறுவ ரெனவுரைப்பாய்
திண்பான்மை யவர்க்கழியச் சிதையுநின் றவமாயின்
மண்பாலா ரவருள்ளமாண்புளதா யுரையாரா
லெண்பாலும் படாதாகியிழுக்குநின் குணமந்தோ

(நீலகேசி-276)

பெண்கள் இளமையும், அழகும் உடைய என் உடம்பைக் கண்டு காமுற்று துன்பம் அடைவார். அதனால் உடலைப் போர்த்துகின்றேன் என்று கூறினால் நீ மன உறுதி இல்லாமல் தவத்தை சிதைத்தாய் என்று பொருள். காமம் கொள்பவர்கள் போர்த்தினாலும், போர்த்தாவிட்டாலும் காமத்தை விட மாட்டார்கள். என்று அவள் தன் வாதத்தை அடுக்கலானாள்.

"நீராடுவதால் உடம்பு தூயதாகும். வெற்றிலை பாக்கு இட்டால் வாய் தூயதாகும். பல் விளக்குவதால் ஊத்தைப் போகும். இவ்வாறு புறந்தூய்மை செய்து உள்ளத்தூய்மை செய்யா விட்டால் அதுபோன்ற துறவை விலை மகளிரும் ஏற்பர். துணி வெளுக்கும் வண்ணாரத் தொழில் என்றும் துணிதைக்கிற தொழிலும், தலையை சிரைக்கும் தொழிலும், குடை தைக்கும் தொழிலும், குயவன், சக்கிலியன் தொழில் என்று எத்தனை தொழில்களை நீ கற்றாய். இவ்வளவு தொழில் செய்யும் உனக்கு உணவை சமைத்து உண்ண என்ன தடை? பிச்சை எடுத்துத்தான் உண்ண வேண்டுமா?" என்று மேலும் சாடினாள்.

மொக்கலன் இதனால் மிகுந்த கோபம் கொண்டு அவளிடம் சவால் விட்டான். "நான் வாதத்தில் இரணியனையே வென்றவன். நீயும் தோற்று அவமானப் படப்போகின்றாய் என்று எச்சரித்தான்.

"உங்கள் அருக்க சந்திரனும், குண்டலகேசியும் என்னிடம் வாதத்தில் தோற்றனர் தெரியுமா?" என்று அழுத்தமாக நீலகேசி பேசினாள்.

இது கேட்டு சற்று சலனமடைந்தாலும் மொக்கலன் நேரடியாக மெய்யியல் தளத்தில் தன்னுடைய விவாதத்தைத் தொடங்கினான். சமண ஆசிரியரான நாதகுப்தர் என்பவர் ஏற்கனவே குண்டலகேசியிடம் சமணக் கொள்கைகளை விளக்கி விவாதித்து தோற்றுபோனார் தெரியுமா? என்றான்.

"அப்படியாயின் எப்படிப்பட்ட விளக்கங்களை பௌத்தம் முன்வைத்தது என்பதை நீ விளக்கினால், நான் அவற்றிற்கேற்ற மறுப்பு வாதத்தை வைப்பேன்" என்றாள் நீலகேசி. அது கேட்ட மொக்கலனும் விளக்கத் தொடங்கினான். இந்திரர்களாலே வணங்கப்படும் சிறப்புடையவர்தான் என் இறைவன் என்று தொடங்கிய மொக்கலன் இறைவன் காட்சி அளிப்பதன் பெயர் தர்மாத்திகாயம் என்பதாகும் என்றும். அதருமாத்திகாயம் என்பதும் உண்டென்றும், இவை தவிர மொத்தம் பதினோரு மூலப் பொருள்களாக சிலவற்றையும் தடுமாற்றத்துடன் விளக்கினான். அவனுக்குத் தெளிவு இல்லை.

அவள் கூறினாள்:

அத்தியைந் தெனினல்லவறுபொருளு மவையாகா
வுத்தியா வெடுத்தோதுமொன்பதனோ டொட்டலவாற்
குத்ஃய பல்குறையே யன்றியுமிப் பொருளெல்லாம்
பொத்தியுங் காட்டுவாய்பொருளியைவோ
பெரிதென்றாள் (நீலகேசி-292)

"ஐயா, மொக்கலனே! எங்கள் முன்னோரும் அஸ்திகாயங்கள் ஐந்து என்று விளக்கியுள்ளனர். அவை தவிர ஆறு பொருட்கள் பற்றியும் விளக்கியுள்ளனர். ஆனால் நீ விளக்கியது அவை அல்ல. முறையின்றி அங்கொன்றும், இங்கொன்றுமாய் நீ சேர்த்து விளக்க முற்படுவது குழப்பத்தைத்தான் தருகின்றது" என்றாள். அஸ்திகாயம் என்பன ஐம்பூதங்களைக் குறிக்கும். இவற்றின் இயக்கம் என்பது தர்மஸ்திகாயம் எனப்படும். இயங்கா நிலை என்பது அதர்மஸ்திகாயமாகும். இதில் இயக்கம் என்பது முக்கியமான தானாலும், அதர்மாஸ்திகாயம் இல்லையெனில் பொருள்களுக்கு இயக்கம் இல்லை. மரக்கலம் இயங்கும் போது, கடல் அம்மரக்கலம் இயங்குவதற்கு ஒரு காரணமாகும் ஆனால் காற்று போல கப்பலை அது செலுத்தாது. ஆனாலும் கடலின் மேல்தான் கப்பலின்

இயக்கம் நடைபெறுகின்றது. கடல் இல்லை எனில் மரக்கலம் இயங்காது அல்லவா? அதுபோலத்தான் தருமஸ்த்திகாயம் இல்லையெனில் பொருட்களுக்கு இயக்கமில்லை. சமணம் எப்படி இயற்கையின் மூலப்பொருட்களை விவரிக்கின்றது நீ என்னவென்றால் தருமாத்திகாயமும், அதருமாத்திகாயமும், அதாவது நிலையான பொருளும், இயக்கமும் வெவ்வேறானவை என்கின்றாய்" என்ற தத்துவார்த்த விளக்கத்தை முன்வைத்தாள் நீலகேசி.

புத்த சமயத்தைப் பொறுத்த மட்டில் உலகின் ஆக்கப்பொருள் ஐந்து ஸ்கந்தங்களாகும். இதையொட்டி நீலகேசி கேள்வியை எழுப்பினாள். இந்த ஐந்து ஸ்கந்தங்களுக்கு உட்படாத தெய்வ உலகு, நரகம் போன்றவற்றை எப்படி விளக்குவீர்கள் என்ற கேள்வியுடன், வானில் உள்ள கோளங்கள் பொய் என்று புத்தம் சொல்லுவதாகவும், ஆனால் அதே சமயம் பௌத்தர்கள் வான நூலின் படி எதிர்காலப் பலனை கணிப்பதாகவும் குறை கூறினாள். காலம் என்ற ஒன்று இல்லை என பௌத்தம் மறுக்கின்றதே, ஆனால் நொடிகளைப் பற்றியும், பிரளயம் பற்றியும் எப்படி பேசுகின்றீர்கள் எனவும் வினவினாள்.

புத்த சமய மெய்யியல் உடலற்ற ஆன்மா என்ற ஒன்றின் இருப்பை மறுக்கின்றது. ஆன்மாவின் இருப்பை வேதங்கள் மூலமோ, கண் கொண்டு பார்த்தல் மூலமோ, அனுமானத்தின் மூலமோ நிரூபிக்கப்பட முடியாது என்பதும் அவர்களின் குற்றசாட்டு என்பதைக் குறிப்பிட்டு, பௌத்தம் குறிப்பிடும் ஐந்து மூலங்களில் அறிவு ஒன்றாகும். அது உள்ளுணர்வுதானே, அதை எப்படி அறிகின்றோம் என்றும் வினவுகின்றாள். அறிவினை உள்ளுணர்வால் அறியமுடியும் என்றால் ஆன்மாவையும் உள்ளுணர்வால் அறிமுடியுமல்லவா என்று கேட்டாள். ஒருவேளை வேதமறை மொழியால் அறியப்படமுடியும் என்ற பதிலைச் சொல்லுவதானால் அதில் பௌத்தத்திற்கு உடன்பாடு இல்லையே என்றாள்.

பௌத்தக் கதைகளில் தேவர்கள் பற்றிய கதைகள் உள்ளனவே? அவர்களைக் கண்ணால் கண்டு அறியமுடியுமா? அல்லது உள்ளுணர்வின் மூலம் அறிய முடியுமா? அவர்களை வேத விளக்கங்களால் மட்டுமே அறிகின்றோம். உங்களின் மறை விளக்கங்கள் மறு பிறப்புகளை ஏற்கின்றனவே! அப்படி என்றால் ஆன்மா என்ற ஒன்று உள்ளது என்பதை ஏற்பதாகின்றதல்லவா? என்று புத்த சமய மெய்யியலின் அடிப்படையையே அவள் தாக்கினாள்.

சமண மெய்யியலைப் பெறுத்த மட்டில் உயிர் உடல் எனும் உருவத்தோடு இயங்குகின்றது என்பதே நிலைப்பாடு. இதை மொக்கலன் எதிர்க்கின்றான்.

"உயிர் உடலுடன் சேர்ந்தியங்குகின்றது என்பதே எங்களின் நிலைப்பாடு. உயிர் அணு என்ற கருத்தை சமணம் ஏற்பதில்லை. அப்படி அணு என்று சொன்னால் அது ஒரு பொருளாகக் கருதப்படும். அது உடலின் ஏதாவது ஒரு இடத்தில் மட்டுமே இருக்கும் நிலை ஏற்படும். ஆனால் உயிர் பொருளல்ல. அது உடல் முழுவதும் இயங்கும் ஆற்றல். ஆகவே அதை உடலின் ஒரு பகுதியாகக் காணக் கூடாது. புத்தரின் கூற்றுப் படி அறிவு என்ற ஸ்கந்தத்தின் விளைவாக உடலில் தொடு உணர்ச்சி உள்ளது. இந்த உணர்ச்சி உடல் முழுக்கப் பரந்து இருப்பதுதானே! அப்படி என்றால் அறிவு என்ற ஸ்கந்தமும் உடல் முழுவதும் பரவி இருக்கின்றது என்றுதானே ஆகின்றது. கண்ணுக்குப் புலப்படாத அறிவு என்பது உடல் முழுவதும் பரந்து இருக்குமானால், ஏன் ஆன்மா என்ற உயிர் ஆற்றலும் அவ்வாறு உடல் முழுவதும் பரவி இருக்கக் கூடாது?" என்று தன் வாதத்தை முன்வைத்தாள். இதை மறுத்து மிகவும் நுணுக்கமான தத்துவ வினாவை மொக்கலன் எழுப்புகின்றான்.

"ஆன்மா அல்லது உயிர் என்பது உங்கள் விளக்கப்படி அனைத்தையும் அறியும் வல்லமை கொண்ட ஆற்றல். அது பொருளன்று. ஆனால் உடல் என்பது அறிவினால் அறியப்படும் பொருள். இப்படி இருவேறு தன்மைகளைக் கொண்டவை எவ்வாறு தொடர்பு கொள்ள முடியும்? இது காளை மாடு தடுக்கி விழுந்ததால் கழுதை நொண்டியானது போன்ற கதை" - என்றான்.

ஆன்மாவிற்கும் உடலுக்கும் உள்ள உறவு பற்றிய பிரச்சினை இது. உடலோ பொருளால் ஆனது. ஆன்மா அல்லது உயிர் என்பது பொருளல்ல. எப்படி இரண்டும் இணையும் என்பதே பிரச்சினை. ஆவியாகிய பேய் எப்படி மனித உடலில் புக முடியும் என்ற கேள்வியை ஒத்தது இது.

இதை டேர்க்கார்ட்ஸ் எனும் ஜெர்மானிய தத்துவவியலாளா மனம் மற்றும் உடல் இரண்டிற்குமான பிரச்சினையாக முன்வைக்கின்றார். பல நூற்றாண்டுகளுக்கு முன்பே இதை நீலகேசியில் விவாதிப்பது என்பதும் கவனிக்கத் தக்க அம்சமாகும்.

"உயிர் அல்லது ஆன்மா என்பது ஒரு மனிதனின் உடல் முழுவதும் பரந்து நேரிடையாக உணர்கின்றது என்பது சமணக்

கோட்பாடு. அதற்கு வேறு எதன் உதவியும் தேவையில்லை. நீங்கள் சொல்லும் மறுப்பு எங்கள் சமணத்தை மறுப்பதல்ல. உங்கள் பௌத்த மெய்யியலின் நிலைப்பட்டைத்தான் மறுக்கும். ஆன்மா வேறு, அறிவு வேறு உடலை உருவாக்கிய மூலங்கள் வேறு என்று எல்லாவற்றையும் வேறுபடுத்திப் பார்ப்பது தவறு. நீங்கள் இவற்றை வேறுப் படுத்துவதால் இவை எப்படி ஒன்றோடு ஒன்று தொடர்பு கொண்டு இயங்கி வருகின்றன என்பதை உங்களால் விளக்கமுடியாமல் போகும். மேலும் எல்லா பொருள்களும் தம்மில் மற்றொரு பொருளுக்கு இடங்கொடுக்கும். கொல்லன் பட்டறையில் இரும்பை காய்ச்சும் போது, நீரானது அதனுள் புகும். அதைப் போலவே பருவுடலை விட்டு இறந்து போகும் உயிர், ஆண்- பெண் இணைதலில் சுக்கிலம் மற்றும் சுரோணிதம் எனும் கரு உருவாக்கும் நீரில் கலந்து அன்னையின் கருவிலே அமர்ந்து குழந்தையாக உருவெடுக்கும் என்று நீலகேசி தன் வாதத்தை முன் வைத்தாள்.

மெய்யியலில் இதுதான் தொடர் பிரச்சினை. ஆன்மா என்ற பொருள் தன்மையற்ற ஆன்மீக ஆற்றலையும், பொருளால் ஆன உடலையும் எப்படி இணைப்பது என்ற பிரச்சினையைத் தீர்க்க ஆன்மாவின் ஆற்றல் உடலில் கலக்கும் சக்தியுள்ளது, அது அழிவற்றது, அது மீண்டும் பிறவி எடுக்கும் வலிமை பெற்றது போன்ற விளக்கங்களால் தீர்க்கும் முயற்சி நடக்கின்றது. பௌத்தம் ஆன்மாவே இல்லை என்று சொல்லும். ஆனால் அதன் பிற விளக்கங்கள் இந்த அனாத்மா நிலைப் பாட்டிற்கு எதிராக உள்ளது என்பதை நீலகேசி சுட்டிக் காட்டுவதுடன் ஆன்மா, உலகு,உடல் இவை இயல்பாகவே ஒன்றிணைந்து செயல்படக் கூடியவை என்ற விளக்கத்தையும் பதிலாக தருகின்றாள். இந்தத் தர்க்கம் நீலகேசியில் காணப்படுகின்றது. ஆனால் பௌத்தம் பிரதித்ய சமுத் பாதம் என்ற விளக்கத்தில் எப்படிப் பொருட்கள் ஒன்றோடொன்று இணைந்து இயங்குகின்றன என்றும் விளக்கின்றது.

இந்த பிரச்சினையைத் தெடர்ந்து மொக்கலன் சமணம் விளக்கும் காரிய-காரண தத்துவம் குறித்து தன் கேள்வியை எழுப்பினான். சமணர் கொள்கைப்படி காரியம் ஒன்று அதாவது விளைவு ஒன்று நிகழும்போது அதற்கான காரணமும் உடன் நிகழவேண்டும் என்று கூறப்படுகின்றது. அப்படியானால் நல்ல பலன் கிடைக்கும் என வேண்டி ஒருவன் கோவில் கட்டினால் உடனடியாக அதற்கானப் பலன் கிடைக்குமா? அல்லது

பின்னால்தான் கிட்டுமா? பின்னால்தான் கிட்டும் என்றால் அந்த முதற்காரணம் இணைந்து வராதே? என்றான். இந்தக் கேள்வியின் நீட்சி நல்வினை மற்றும் மறு பிறவி வரைக்கும் செல்லும்.

இந்தக் கேள்விக்கு மிகவும் நுணுக்கமான மெய்யியல் விளக்கத்தை நீலகேசி தருகின்றாள். புத்த நெறிப்படி காரணம் முதலில் வரும். அது அழிந்துதான் காரியம் நிகழும். இதை அசத்காரியவாதம் அல்லது இல்காரியக் கோட்பாடு என்றழைப்பர். ஆனால் சமணர் கோட்பாடு அப்படியல்ல. அது சத்காரியவாதம் அல்லது உள் காரியக்கோட்பாடு எனப்படும். சாங்கியக் கோட்பாடும் உள்காரியக் கோட்பாட்டை பேசும். அவர்கள் காரணமும், காரியமும் ஒன்றே என்பார்கள். ஆனால் அவர்களின் உள் காரியக் கோட்பாடு எங்கள் சமணக் கோட்பாட்டிலிருந்து மாறுபட்டது. நீங்கள் சாங்கியத்தின் உள் காரியக் கோட்பாட்டை மனதில் வைத்து சமணத்தை விமர்சிக்கின்றீர்கள். சமணர் சத் காரிய வாதம் அல்லது உள்காரியக் கோட்பாடு என்பது பௌத்தம் மற்றும் சாங்கியக் கோட்பாடுகளிலிருந்து முற்றிலும் மாறுபட்டது. சமணத்தைப் பொருத்தமட்டில் காரியம் என்பது காரணத்தின் வளர்ச்சியே. அதன் தொடர்ச்சிதான் அது. அப்படி இருந்தால்தான் உலகில் ஏற்படும் மாற்றங்களைப் புரிந்து கொள்ளமுடியும். காரணம்தான் மாறி மாறி தொடர்கின்றது. ஆனால் அது முன்னர் இருந்த காரண நிலையில் இப்போது இருப்பதில்லை. காரணம் என்ற மாறாத ஒரு நிலைப் பொருள் மாற்றங்களுக்குப் பின் உள்ளது என்பதையும் சமணம் ஏற்கவில்லை. புத்தரைப் பொறுத்தவரை மாற்றங்கள் ஒன்றோடு ஒன்று தொடர்பு உடையவை அல்ல. சமணம் மாற்றங்களைத் தொடர்பு படுத்தியே விளக்குகின்றது என்ற நீலகேசியின் விளக்கம் தமிழ் மெய்யியல் பரப்பில் பேசப்பட்ட முக்கியமான தர்க்கம் எனலாம்.

"சமணர் தவம் செய்தால் நல்வினை கிட்டும் என்கின்றார்கள். தவம் என்பது கடுமையான நோன்பின் மூலம் உடலை வருத்திக் கொள்வதாகும். இது துன்பம் அல்லவா? துன்பம் என்பது தீவினையினால் ஏற்படும் பலன்தானே? இந்தத் துன்பத்திற்குக் காரணம் முன் பிறவியில் ஒருவர் செய்த தீவினை எனக் கருதலாமா? இப்படி நோன்பிருந்து துன்பப்படும் ஒருவர் தன்னுடைய வினைப் பயனை அனுபவிக்கின்றார் எனவும் கருதலாமே! அப்படியாயின் அவர் தவம் செய்வதால் அவருக்கு நல்வினைப் பயன் வரும் என சொல்லுவது சரிதானா? - என அடுத்த கணையை ஏவினான் மொக்கலன்.

"அப்படியல்ல சமணத் துறவி மேற்கொள்ளும் தவம் என்பது அவராக விரும்பி ஏற்று செய்வது. தீவினைப் பலனாக அவர் மீது வந்து சுமத்தப்படுவது அல்ல. அது நோய் தீர்ப்பதற்காக உட்கொள்ளும் கசப்பு மருந்து போன்றது. மேலும் தவம் செய்பவர் அதைத் துன்பமாகக் கருதுவதும் இல்லை. அது நல்ல பலனை எதிர்நோக்கி செய்யப்படும் காரியமே. மேலும் புத்த சமயத்திலும் இவ்வகை தவங்கள் உள்ளனவே. புத்தரே பிறர்க்கு தன் கண்ணையும், தலையையும் விரும்பி கொடுத்த கதையை எப்படிப் பார்ப்பது?" என்று நீலகேசி பதில் கொடுத்தாள். இங்கு புத்தரே தன் தலையைக் கொடுத்தார் என்ற விஷயம் கௌதம புத்தரைக் குறிப்பதாக கொள்ளவேண்டிய அவசியம் இல்லை. அடுத்தடுத்து வந்த பல புத்தர்கள் இருக்கின்றார்கள். அவர்களைப் பற்றி பல கதைகள் உள்ளன என்பதையும் மனதில் கொள்ளவேண்டும்.

"சமணம் கொல்லமை குறித்து வலியுறுத்தும் வேளையில், சிலர் இறப்பு வரை மேற்கொள்ளும் உண்ணா நோன்பு தற்கொலை போன்றதல்லவா? இது எப்படி ஏற்புடையதாகும்?" என்று வினவினான் மொக்கலன்.

"இந்த நோன்பு தற்கொலைக்கானது அல்ல. இறப்பதற்கு முன் உயிர் நிலையின் மேம்பாட்டுக்காக செய்யப்படும் தவம். மேலும் வாழ்ந்து இறுதித் தருணத்தில் இதை தவிர்க்க முடியாதத் தருணத்தில் மட்டுமே மேற் கொள்ளுகின்றனர். உடலுக்கு அழிவு வராமல் இருக்கின்ற இறுதிக் கட்டத்தில் உடலின் மீது பற்று வைக்கும் மனதிற்கு உடல் என்பது அழியக்கூடியது, ஆன்மா என்பது அழிவற்றது, அது அழிவற்ற அறத்தோடு இணைய வல்லது என்ற மெய்ப்பொருளை புரியவைக்கவே எங்கள் துறவிகள் உயிர் துறக்கும் நோன்பை மேற்கொள்ளுவர். எனவே இதைத் தற்கொலை என விளக்குவது தவறு. உங்கள் சமயத்தில் புத்தத்துறவிகள் தலையை மழித்துவிட்டுதான் தவம் செய்யவேண்டும் என்ற கட்டுப்பாடு எந்த வகையில் உங்கள் தவச்செயலுக்கு ஆக்கமளிக்கும்?" என்றவள் மேலும் தொடர்கின்றாள். "தியானத்திற்கு இடையூராகக் கருதுவதாலேயே எங்கள் துறவிகள் ஆடை கொண்டு உடலைப் போர்த்துவதில்லை. இந்த உடலால் நுகர்தலுக்குரிய இன்பங்களையும் அவர்கள் அனுபவிக்க விரும்புவது இல்லை. குளிக்காமலும் இருக்கின்றனர். வியர்வை முதலியவற்றால் உடல் அழுக்கேறும் என்றாலும், அந்த அழுக்கு எம் துறவியரை என்ன செய்து விட முடியும்? உயிர்கள் எடுத்துள்ள உடலின் இயல்பே அழுக்கு கொண்டதாக இருப்பதுதானே!" - என்று கேட்டாள்.

“கொல்வது தீயச் செயல் என்பதை பௌத்தமும் வலியுறுத்தும். ஆனால் புலால் உண்பதை கொல்வதாக எப்படிப் பார்க்கமுடியும்? தான் கொல்லாத போது தின்பவனுக்கு ஏது தீவினை?” - மொக்கலன்.

“தீமையை நேரடியாகச் செய்யவேண்டும் என்பதில்லை. அதற்கான தூண்டுதலாக இருந்தாலே போதும். நீங்கள் கொல்லாமை நல்வினை என்று ஒப்புக்கொண்டு விட்டீர்கள். ஊன் உண்பவர்களுக்காகத்தான் கொல்லப்பட்டு எடுக்கப்படுகின்றது. ஆகையால் யாருக்காக விலங்குகள் கொல்லப்படுகின்றனவோ அவர்களுக்கும் தீவினைகள் பற்றத்தான் செய்யும். புத்த சமயத்தைப் பொறுத்த மட்டில் போதி மரத்தைச் சுற்றுவது என்பது நேரடியாக எந்த நல்வினைப் பயனையும் கொடுக்காது ஆனால் அது புத்தர் வலியுறுத்திய நல்வினைக் கொள்கைகளை நமக்கு நினைவூட்டும் மறைமுக நல்வினை என்பதால்தான் மரத்தைச் சுற்றுகிறேன் என்கின்றாயே! அதைப் போலதான் அசைவ உணவு உண்பது என்பதும் மறைமுக தீவினை செய்வதாகக் கருதப்படும்” - நீலகேசி.

“அப்படி என்றால், சமணத் துறவியர் மயிலிறகைப் பயன் படுத்துவது மறைமுகமாக மயிலைக் கொல்லத் தூண்டுவதுதானே! அதுவும் மறை முகத் தீமைதானே?”

பிடிப்பது பீலி பிறவுயி ரோம்பி
முடிப்ப தருளது போன்முடை தின்று
கடிப்ப தெலும்பதன் காரண மேனி
தடிப்பதலாலருடானுனக் குண்டோ

(நீலகேசி-333)

ஆட்டொரு கான்மயிற் பீலி யுகமவை
ஈட்டுதல் போலுதிர்ந் துக்க விறைச்சியைக்
காட்டியுந் தின்னுங் கருத்திலை நீ தசை
வேட்டுநின் றேயழைத் தீவினை யாளோ.

(நீலகேசி-334)

“மயிலிறகிற்காக யாரும் மயில்களைக் கொல்லுவதில்லை. கொல்லத் தூண்டுவதுமில்லை. மாறாகப் பீலியை கொல்லாமைக்கான கருவியாகவே பயன் படுத்துகின்றனர். அவ்வப்போது மயில் தம் பீலியை உதிர்க்கும். அப்படி வீழுந்த பீலிகளைத்தான் எங்கள் துறவிகள் பொறுக்கி சேர்த்துப் பயன்

படுத்துகின்றனர். தமக்காக மயிலைக் கொல்லுகின்றார்கள் என்று ஒரு சமணத்துறவி கேள்வி பட்டால் அதை அவர் ஏற்கவே மாட்டார். மயிற் பீலியை எடுத்து சிறிய உயிர்களைப் பாதுகாத்து அருள் செய்வது அறமாகும். மாமிச உணவைத் தின்று எலும்பைக் கடித்து உடம்பு தடித்து இருப்பதால் பலன் என்ன? நீ இறந்த உடம்பில் உள்ள இறைச்சியைத் தின்று அறம் எனக் காட்டிச் சொல்லுகின்றாய். அதுதான் தீவினையாகும் என்று பதில் கொடுத்தாள்.

"தீவினை என்பது தீய செயல்களால் மட்டும்தானே வரும்! புலால் உண்ணுதல் நுகர்தல்தனே தவிர அது தீய செயலன்று" என்று சொன்னான் மொக்கலன்.

அதற்கு நீலகேசி சொன்னாள்:

நும்பள்ளிக் கீபொரு ளாலுணர் வில்லவ
ரெம்பள்ளி தாஞ்சென் றெடுப்ப வெனினது
கம்பலை யாம்வினை யில்கறிக் கீபொருள்
செம்பக லேகொலை யாளரிற் சேரும்

(நீலகேசி-338)

பௌத்தப் பள்ளி செய்வதற்காகக் கொடுத்த பொருளைக் கொண்டு சமண பள்ளி செய்தால் அது உமக்கு உடன்பாடு இல்லாமல் கலகத்திற்கு காரணமாகும். அதுபோல, பிறர் கொலை செய்த மாமிச உணவை உண்டாலும் கொலை செய்தவரும் நீரும் சமமானவராக ஆவீர்கள்.

கன்றிய காமந்துய்ப் பான்முறைக் கன்னியை
யென்றுகொ லெய்துவ தோவெனுஞ்
சிந்தையன் முன்றினப் பட்ட முயன்முத லாயின
நின்றன வுந்தின நேர்ந்தனை நீயே.

(நீலகேசி-340)

நுகர்தல் செயல் அல்ல என்று சொன்னால் பாலியல் வன்கொடுமைகள் யாவும் நுகர்ச்சிதானே! அவைகளும் தீமையற்றவையாகக் கருத வேண்டும் அல்லவா? முன்பு முயல் போன்றவற்றில் நீ கண்ட சுவையின் காரணமாக எஞ்சிய உயிர்களையும் உண்பதற்கு விரும்புகிறாய்". - நீலகேசியின் இந்தப் பதில் அக்காலத்திலும் பெண்களின் மாண்பு குறித்த விழுமியத்தை சுட்டுகின்றது.

ஊன் உண்ணுதலை மொக்கலன் நியாயப்படுத்த முன் வைத்த எல்லா வாதங்களையும் நீலகேசி முறியடித்தாள். இம்மாதிரி வாதங்கள் இன்றும் பண்பாட்டு வெளியில் வைக்கப்பட்டு விவாதிக்கப்படுகின்றன.

மொக்கலன் தொடர்கின்றான்.

"துன்பம் தரும் தவத்தை ஏற்கும் நீங்கள் புத்த பிட்சுக்களில் சிலர் மேற்கொள்ளும் உயிருடன் உடலை எரித்தல் போன்றவற்றையும் தவத்திற்கு ஒப்பான செயலாகக் கொள்ளலாம் அல்லவா?" - என்று கேட்டான்.

"பிற உயிர்க்கு தீங்கு செய்வது மட்டுமல்ல, தன்னுயிர்க்கும் ஊறு விளைவிப்பது கொல்லாமைக்கு எதிரானதுதான். சமணர் மேற்கொள்ளும் தவம் பிற உயிர்களுக்குத் தீங்கு செய்யாதது ஆகும். தங்களுக்கும் அவர்கள் ஊறு செய்து கொள்வதில்லை. உடலின் தன்மை அறிந்து அவர்கள் படிப்படியாக தவம் மேற்கொள்ளுவார்கள். புத்தபிரான் அப்படி சொல்லவில்லை. உடலை வருத்துவது அவருக்கு ஏற்புடையது. தன்னைத் தானே துன்புறுத்திக் கொள்வது அவருக்கு ஏற்புடையது. விசாகையுடன் உணவு பெறும்முன் அவர் பல நாட்கள் உண்ணா நோன்பு இருந்து உடலை வருத்திக் கொண்டார். அதைப்போல அல்ல சமணத்துறவிகளின் தவம். நாங்கள் பனி முதலியவற்றில் நின்று தவம் செய்தல், சிந்தையில் நல் அறம் சேர்ப்பதற்கான ஒரு பயிற்சியே ஒழிய தீமையான செயல் அல்ல" என்று விளக்கினாள் நீலகேசி.

"வளர்ச்சி என்பது உயிரின் அடையாளம் என சமணம் கருதுகின்றதே! புற்று கூடத்தான் வளர்கின்றது. மரங்கள் வளர்கின்றது. நகமும் வளர்கின்றன. இவையெல்லாம் உயிர் உள்ளவை என சொல்லமுடியுமா?" - மடக்கினான் மொக்கலன்.

நீட்சி திரிவா மயிருகின்; காட்டினை
மாட்சியில் லாமயிர் மன்னுயி ருள்வழித்
தாட்க ணிமிருந் தலைநிமி ராவெழல்
காட்சிமரத்திற்குக்காறலையெங்கம்   (நீலகேசி-362)

அசராத நீலகேசி விளக்கினாள், சரியான கேள்விதான். ஆனால் வளர்ச்சி என்ற சொல் பொதுவாக இங்கு பயன்படுத்தப் பட்டாலும் அதில் பல்வேறு அர்த்தங்கள் உள்ளன. புற்றின் வளர்ச்சி என்பது அடுக்கடுக்காய் புறத்தில் படியும் படிம வளர்ச்சி. அதை உயிர் என்று சொல்லுவதில்லை. மயிரும், நகமும்

உடலின் உயிர்த் தொடர்புடைய அடிப்பகுதியிலே வளர்வதாம். ஆனல் அவை நுனியின் கண் வளராது. உள்ளீடாய் ஏற்படும் வளர்ச்சி, உருவம் பெரிதாகி, உள்ளுக்குள்ளும் இயல்பாய் உண்டாகும் மாற்றங்கள் உயிர் சார்ந்த வளர்ச்சி. மரங்கள் அடிப்பகுதியிலும், நுனிப் பகுதியிலும் வளர்ச்சிக் காண கூடியவையாகும். மேலும் சில மரங்கள் இரவில் உறங்கவும் செய்கின்றன. ஆகையால் அதற்கு உயிர் இருப்பதாகக் கொள்ளலாம்

"ஒரு சில மரங்கள் இலைகளை மடக்குவதால் அதைப் போய் மரங்களின் உறக்கம் என கொள்ளமுடியாது" - என்றான் மொக்கலன்.

"எல்லா உயிரினங்களும் தூங்கும்போது கண் மூடுவதில்லை. மரவகைகளும் அப்படியே. இந்த உலகில் வாழும் உயிரினங்கள் எல்லாம் இமை மூடித்தான் தூங்கும் என்பதில்லை. இமை மூடாமல் தூங்கும் உயிரினங்களும் உள்ளன. தவிரவும், மரவகைகள் விருப்பு, வெறுப்பும் கொண்டவை தெரியுமா? எதிர்வினை ஆற்றுபவையும் கூட" என்றாள் நீலகேசி

"இப்படிப்பட்ட எதிர்வினை, மாற்றங்களை உயிரின் அளவீடாகக் கொள்ள முடியுமா? மெழுகு கூடத்தான் அனலின் சூடு பட்டு உருகுகின்றது. அதை உயிர் எனக் கொள்ளமுடியுமா" - மீண்டும் கேள்விக்கணையைத் தொடுத்தான் மொக்கலன்.

"மெழுகின் மாறுதல் என்பது இங்கு புறத்திலிருந்து ஏற்படும் நெருப்பின், அனலின் தாக்கத்தால் நிகழ்கின்றது. ஆனால் தாவரங்கள் போன்ற உயிரினங்களின் வளர்ச்சி என்பது அதன் தன்னியல்பாக நிகழ்வது. உயிர் உள்ள பொருள் ஒரு காலகட்டத்தில் இறக்கும். அவற்றின் வாழ்க்கைக்கு ஒரு எல்லை உண்டு. மரங்களும் மடியும். மேலும் தன் வடிவத்தையும், இனப்பண்பையும் கொண்டு இவை இனப்பெருக்கமும் செய்யும். இது உயிரின் அடிப்படையான சிறப்புப் பண்பு. ஓர் அறிவுடைய மரங்கள் உணவு கிடைக்காவிடில் பட்டுப் பேவதிலிருந்தே அவை உயிருள்ளவை என தெரியவில்லையா?" - என்று விளக்கினாள் நீலகேசி.

"நிலையானவை, நிலையற்றவை என்பன மூலப் பண்புகளா? இல்லை தற்செயலாக நிகழும் துணைப் பண்புகளா? நிலையாமையை மூலப் பொருளாகக் கொண்டால் உயிரினங்கள் ஒன்றோடு ஒன்று இணைந்து உலக நுகர்ச்சி பெறுதல் எவ்வாறு?" என்று வினவினான் மொக்கலன்.

சமணம் பற்றிய தவறான புரிதலால் இந்த வினா எழுகின்றது என்ற நீலகேசி மேலும் விளக்கினாள். "சமணம் எல்லாம் முடிந்த முடிபான ஒற்றைப் பொருளை பேருண்மையாகக் கொள்ளவில்லை. ஒரே பொருளுக்கு இரு வேறு தன்மைகள் இருக்கலாம். அது ஒருவருக்கு அண்ணன் மற்றொருவருக்கு மகனாக இருக்கும் சார்பியல் தன்மை உள்ளது. எந்தக் கோணத்திலிருந்து அதைக் காண்கின்றோமோ அதைப் பொறுத்துதான் அது குறித்த விளக்கம் அமையும். முழுமையாக ஒரு பொருளைப் பார்த்தால் அது நிலையுடையது. அதன் துணைப் பண்பைப் பார்த்தால் அது நிலையற்றதாகத் தெரியும்".

"பொருள்களின் அடிப்படை இயல்பு ஒன்று உள்ளதாகவும் அது நிலையானது என்றும் கூறுகின்றீர்கள். தற்காலிகமான பண்புகள் நிலையற்றவை என்றும் விளக்குகீறீர்கள். அப்படியென்றால் பண்புகளுக்கு அப்பாற்பட்டு ஒரு பொருள் இல்லை என்று கொள்ளலாமா?" - வினவினான் மொக்கலன். இது மேற்கத்தியத் தத்துவ உலகில் ஜான் லாக் என்பவர் முதன்மைப் பண்புகள், வழிநிலைப் பண்புகள் என்று விளக்குவார். அதேபோல் ஒரு பொருளின் இன்றியமையாத அடிப்படை குணத்தை அதன் சாரம் என்பார் பிளாட்டோ. இப்படி பண்புகளே இல்லா ஒன்று இருக்கத்தான் முடியுமா? என்று மொக்கலன் வினவுவது கருத்து முதல் வாதத்தை மறுக்கும் வினாவாகக் கொள்ளலாம்.

"பண்புகளிலிருந்து பொருளைப் பிரிக்க முடியாது என்பது உண்மைதான். ஆனால் பண்புகளின் கூட்டுதான் பொருளாகிறது என்றால் அப்படி அல்ல. நிலையான ஒரு பொருள் உண்டு. அதன் குணங்களாகப் பண்புகள் இருக்கின்றன. கடல் இருக்கின்றது. அது மாறாதது. நிலையானது. ஆனால் அலைகள் நிலையற்றவை. அவை கடலின் பண்பு. அவ்வளவுதான். அதேபோல் தங்கம் நிலையானது. அதனால் செய்யப்படும் அணிகலங்கள் மாறக்கூடியவை. அணிகலனோ, அலைகளோ பொன்னாகவோ, கடலாகவோ இருப்பதில்லை. அவை அவற்றின் இரண்டாம் நிலைப் பண்புகள்." விளக்கினாள் நீலகேசி.

"அப்படியென்றால் பொருளும் பண்பும் வெவ்வேறு பொருட்களா? அல்லது ஒரே பொருள்தானா? நீங்கள் குழப்புகின்றீர்கள்" - மொக்கலன்

நிலையா தெனவு முயிரில்லையென்று
நெறிமையினாற்

றொலையாத் துயரொடு தூய்
தன்மையென்றின்ன தொக்குளவாக்
கலையா விழுப்பொருட்
கந்தங்களைந்திற்கும் காட்டுதலான்
மலையா திதுநுங்கண்
மார்க்கத்தொடென்றனள் மாணிழையே.

(நீலகேசி-382)

"மெய்மையை ஆராய்ந்து பார்ப்பவர்க்கு இதில் குழப்பம் நேருவதில்லை. பலவும் ஒன்றான ஒரு பொருள் என்று நாங்கள் கூறும் பௌத்த நெறிகளுடன் உடன்படுவது அன்று. புத்தசமயத் தத்துவப்படி ஐந்து ஸ்கந்தங்கள் இணைந்தே உயிராக செயலாற்றுகின்றன என்றாலும், ஸ்கந்தங்களே உயிர் அல்லது ஆன்மா அல்ல. ஒரே விஷயம் முன்னொன்றின் பலனாகவும், வருகின்ற மற்றொன்றிற்குக் காரணமாகவும் கொள்ளப்படுகின்றது. அப்படியாயின் ஒரே பொருளுக்கு இரு நிலைகள் இங்கு ஏற்படுகின்றன. அது போலத்தான் பொருளும், பண்பும் ஒன்று பட்ட ஒரு மெய்மையின் இரு வேறு நிலைகள்" என்று பதில் சொன்னாள் நீலகேசி.

"உங்கள் தத்துவப்படி மெய்மை என்பது வார்த்தைகளால் விளக்க முடியாதது என்று சொல்லுகின்றீர்கள். இப்படி சொல்லுவது என்பதே வார்த்தைகளைக் கொண்ட விளக்கம்தானே! மொழி கடந்த ஒன்று என்றால் அதைப் பற்றிப் பேசாமல் மௌனமாக இருப்பதுதானே! இதில் வாதம் செய்ய இடம் ஏது" - என்று தாக்கினான் மொக்கலன்.

"மொழி கடந்தது என்றால் மொழிக்கு இடம் அளிக்காதது என்பது பொருள் அல்ல. மொழியால் முற்றிலுமாக விளக்க முடியாதது என்பதே பொருள். ஒரு பக்கம் நிலையான ஒன்று அது எனலாம். மறுபக்கம் அது வேறுபாடுகளை உடையது எனவும் சொல்லலாம். எனவே அது மொழி கடந்தது அல்ல"-என்றாள் நீலகேசி.

"அது சரி... பொருள்கள் மாற்றமடைகையில் மாறாத ஒருமைப்படு உள்ளதாகச் சொல்லுகின்றீர்கள். இது எப்படி சாத்தியம். பால் தயிராக மாறும் போது அங்கு ஏது பால்? பால்தான் தயிர் என்றால் தயிர் பாலாகும் இது குழப்பமான விளக்கம் அல்லவா?" இது மொக்கலன் வாதம்.

உருவப் பிழம்பப் பொருளென்றுரைப்பனிப் பாறயிர் மோர்

பருவத்தி னாம்பரி யாயப்பெயரென்பன் பாலழிந்து

தருவித் துரைத்த தயிருருவாய்மும்மைத் தன்மையதாந்

திருவத்த தென்பொரு ளாதலைத்தேர தெளியிதென்றாள்.

(நீலகேசி-387)

என்ற பாடலில் அவள் பதில் சொல்கின்றாள்.

"இங்குதான் சமணம் வேறுபடுகின்றது. நீங்கள் பௌத்தம் பேசும் அசத்காரியவாதம் எனும் இல் பயன் கோட்பாட்டைக் கொண்டது. இதன் படி பால் முற்றிலும் ஒழிந்து, தயிர் என்ற ஒரு பொருள் புதிதாகத் தோன்றுகின்றது என்ற விளக்கம் உண்டாகும். இது உண்மையானால் பால் ஏன் தயிராக மட்டும் மாறவேண்டும்? அது எண்ணெய் ஆகவும், தேனாகவும் மாறலாமே! அப்படி நிகழ்வதில்லை. சமணம் உள்பயன் கோட்பாட்டை அதாவது சத்காரிய வாதத்தை வலியுறுத்தும் பாலின் அணுக்கள் உருவத்திலும், அமைப்பிலும் மாற்றம் கொண்டு தயிராகின்றன. தயிருக்குள் பாலுக்கான அணுக்கள் உள்ளன. புத்தரின் நிர்வாணக் கோட்பாடு கூட சத் காரியவாதத்தைப் பின்பற்றினால்தான் அர்த்தமுள்ளதாகும். இல்லாவிடில் நிர்வாணம் பெற்ற ஒருவர் மீண்டும் பழைய நிலைக்கே மாற்றம் பெறும் நிலை உண்டாகும் வாய்ப்புள்ளது. என விளக்கினாள் நீலகேசி.

"உண்மை, பொய் பற்றிய உங்களின் விளக்கம் ஏற்க முடியாதது. ஒரு நிலையில் தன்னியல்பாக குணங்களைக் கொண்ட ஒரு பொருள், மற்றொரு இடத்தில் இடம், காலம் இவற்றின் போக்கால் அக்குணங்களை மாற்றிக் கொள்ளும் என்று சொல்லுவது சரியா? ஓரிடத்தில் இருப்பது, மற்றொரு இடத்தில் இருக்காது என்று கூறும் கோட்பாடு சரியானதா?" வினா தொடுத்தான் மொக்கலன்.

"உண்மை என்பது முக்காலத்தும் உள்ளது. ஆனால் அதன் தன்மை என்பது இடம் மற்றும் காலத்திற்கு ஏற்ப மாறுபடும். யானை பலம் வாய்ந்த விலங்கு என்றாலும் சில இடங்களில் அது கட்டுண்டு கிடக்கும். கட்டுண்டு இருப்பது யானையின் உண்மையான பலத்தைக் குறிக்காது. எனவே என்றும் உள்ள தன்மை என்பது உண்மை. தற்காலிகமாக அதற்கு உள்ள நிலை தன்மை. அவ்வளவே" என்று எப்படி ஒவ்வொரு பொருளுக்கும் அடிப்படை சாரம் என்று ஒன்று இருக்கும், அது காலம் மற்றும் இடத்திற்கு ஏற்ப சில மாறுதலான தோற்றங்களைக் கொண்டிருக்கும் என்பதை அவள் விளக்கினாள்.

"ஒரு பொருளுக்குப் பெயர் இல்லை, மற்றும் நுகரப்படவில்லை, அல்லது அது அனுபவப்படவில்லை என்றால் அது பொருளல்ல எனப்படுகின்றதே! ஒருவரால் அவருடைய அறிவில் அடங்காததும், நுகரப்படாத பொருளும் என்று ஒன்று சொல்லப்படுமானால் அது பொருளே இல்லை என சொல்லமுடியுமா?" - மீண்டும் வினவினான் மொக்கலன்.

"இல்லை... நீங்கள் சொல்வது சமணர் கொள்கை அல்ல. நாங்கள் சொல்லுவது என்னவென்றால், நம்மால் பெயரிடப்பட்டு நுகரப்படும் பொருள் உண்மை யற்றதாக இருக்கவே முடியாது என்பதுதான்!" - என்றாள் நீலகேசி.

"ஒவ்வொரு பொருளும் தன் சிறப்புத் தன்மையால்தான் அறியப்படமுடியும். ஆனால் இரும்பு பழுப்படைகிறது. நீர் வெந்நீராகவும் மாறும். இவை முற்றிலும், அவற்றின் சிறப்புத் தன்மையிலிருந்து மாறுபட்ட தன்மைக்கு இப்பொருள்களை கொண்டு செல்லுகின்றது" - இதை எப்படி விளக்குவீர்கள் என்றான் மொக்கலன். பௌத்தத்தின் நிலைப்பாடும் இதுதான். மாறுதல் என்பது தொடர்ந்து நடை பெறக்கூடியது என்பதே அது.

"ஒரு பொருளுக்குள் இரண்டு பொருட்களின் தன்மைகள் இருக்கலாம். அதனால்தான் அவை ஒன்றிலிருந்து மாறும் போது மற்றொன்றாகத் தோன்றும். ஆனால் அதன் அடிப்படைத் தன்மை இங்கு மாறுவதில்லை. அதன் சேர்க்கை விலகியவுடன் அதன் தனித்தன்மை மீண்டும் காணப்படும். இரும்பு சிவப்பதும், தண்ணீர் ஆவியாவதும் அவை தீயின் வெப்பத்தினால் சூடாக்கப்படுவதனாலே. தீயின் செயல் நீங்கியபின், அவை பழைய தன்மையுடனே விளங்கும். பூ வைத்திருந்த தட்டில் கொஞ்ச நேரம் அதன் மணம் தங்கி இருப்பதும் இப்படித்தான்." - நீலகேசி.

"அது சரி வானுலகு பற்றியும் சமணம் பேசுகிறது. அது ஒரு இடம் என்ற புரிதலில் அவ்வாறு பேசினால், அது மாட்டுத் தொழுவம் போன்ற ஒரு இடம்தானே! இதில் சிறப்பு ஏது? உயர்வு ஏது?" - மொக்கலன்

"அது சரி! அப்படியானால் புத்தர் ஞானம் பெற்ற போதியடி வெறும் இடம்தானே! அதை ஏன் நீங்கள் சிறந்த இடமாக, புனித ஸ்தலமாகக் கருத வேண்டும்?" - நீலகேசி.

"பிறக்கும் உயிர் அல்லது ஆன்மா வானுலகு அதாவது மோட்சம் அடைந்தபின் மறு பிறவி எடுப்பதில்லை என்கின்றீர்கள்.

அப்படியான சிறப்புத் தர மோட்ச உலகில் என்ன இருக்கின்றது?
- மொக்கலன்.

" அது இடத்தின் சிறப்பு அல்ல. அங்கே செல்லும் முன் ஆன்மா அல்லது உயிர், நல்வினை- தீவினை என்ற இருவினை அறுத்து விடுவதால் வரும் பயன் ஆகும்." - நீலகேசி.

"வீடு பேறு பெற்ற உயிருக்கும் அறிவு இருக்கும் அல்லவா? அப்படியாயின் செயலும், வினையும் அதற்கு இருக்கவேண்டுமே!"

" வீடு பேறு பெற்ற உயிரின் அறிவு வினை அறுத்த அறிவு ஆகும். அதற்கு வினைப் பயன் கிடையாது"

இப்படியாக நிகழ்ந்த வாதத்தினால் நீலகேசியின் விளக்கங்களால் மொக்கலன் சமணம் பற்றியத் தெளிவு பெற்றான்.

உயிர்களுக்குத் துன்பம் இல்லாமல் போகவும், வீடுபேறு அடையும் முறையையும் நாம் வணங்குகின்ற இறைவன் திருவருளால் கிடைக்கும். அருகனே இறைவன் என்று அவன் திருவடியில் மலரிட்டு அவனை வாழ்த்தி வழிபாடு செய்பவரே இரு வினை களையும் அழித்து வீடு இன்பம் அடைவர்." என்றாள் அவள்.

"நல்ல நெறியை உணர்த்தினாய். மனம் மகிழ்ந்து வீடுபேறு பெறும் பாக்கியத்தைக் காட்டினாய். அறியாமையால் உன்னை எள்ளி நகையாடினேன்". என்று கூறி அவளை வணங்கிய அவன் நீலகேசியை தனது தலைவராகிய புத்தரை சந்தித்து விவாதிக்க வேண்டுகின்றான். நீலகேசி படைப்பில் வரும் எல்லா பாத்திரங்களும் கற்பனையானவை. புத்தர் என்று சொல்லும்போது கௌதம புத்தர் எப்படி நீலகேசி காலத்தில் வந்தார் என்று கேட்கக்கூடாது.

09 புத்தருடன் வாதம்

நீலகேசியில் இடம் பெறும் புத்தர் கபிலபுரம் எனும் கடற்கரையோரத்தில் வசித்து வந்தார். கபில புரத்தைப் பற்றி பல பாடல்களில் நீலகேசி ஆசிரியர் விளக்குகின்றார்.

மழைசேர் நகரம் மலைபோன் றனவே
கழைசேர் கொடியுங் கதலிவ் வனமே
விழைதா ரவரும் விரிகோ தையரும்
முழைவாழ் புலியே மயிலே மொழியின்
(நீலகேசி-465)

கபிலபுரத்து மாளிகையில் மேகங்கள் தவழ்ந்து சென்றன. கட்டிய கொடிகள் வாழைத் தோட்டம் போல் இருந்தன. அங்குள்ள ஆடவர்கள் புலியைப்போல் இருந்தனர். மலர் மாலை அணிந்த பெண்கள் மயில்களைப் போல் இருந்தனர் என வர்ணிக்கின்றார் ஆசிரியர்.

கழுகின் னினமும் கழுதின் னினமும்
முழுதும் மறுவை பலமூ டினரும்
கொழுதின் னிணனும் பிணனுங் குலவி
இழுதென் னெலும்பா ரிடுகா டெனவும்
(நீலகேசி-468)

அந்நகரத்தில் கழுகுக் கூட்டமும் பேய்க் கூட்டமும், பௌத்தத் துறவிகளும் மாமிச உணவும், மான், ஆடு இவற்றின் உடல்களும் எலும்பும் நிறைந்த இடுகாடு போல இருந்தது என்றும்

விலைபடைத்தா ரூன்வேண்ட வவ்விலைதான் வேண்டி
வலைபடைத்தார்க் கெம்முயிரை வைக்கின்றா மின்ன
கொலைபடைத்தா னோகொடிய னென்பனவே போலத்
தலையெடுத்து வாய்திறப்ப தாமிவையோ காணீர்

(நீலகேசி-471)

பணம் உள்ளவர் அதைக் கொடுத்து மாமிசம் வாங்குவதையும், அந்த கொலையாளர்களுக்கு நாங்கள் எம் உயிரை ஏற்கும்படி வைக்கிறோம் என்றும் இந்த கொலையை உண்டாக்கி வைத்த புத்தன் கொடியவன் என்று கூறுவது போல இறந்த இம்மீன்கள் தலையை உயர்த்தி வாயைப் பிளந்தனவோ? என புத்தரை இங்கு சாடுகின்றது நீலகேசி

கடலோரம் வாழ்ந்த புத்தவாதிகள் அங்கு எளிதாக மீன் உண்பதற்குக் கிடைக்கும் என்பதற்காகத்தான் அங்கு இருந்தனர் என நீலகேசி மேலும் நையாண்டி பேசுகிறது. அப்பகுதியில் இறைச்சி விற்பனையாளர்களும், இறைச்சிக்காக விலங்குகளைக் கொல்பவர்களும் அதிகம் வசித்தனர் என்றும் சொல்கிறார் நீலகேசி ஆசிரியர். அப்பகுதி மக்கள் இறைச்சி உண்பதையும், மீன்களைக் கொன்று தின்பதையும் புத்தர் கண்டித்ததே இல்லை என்றும், மாறாக ஆதரித்தே உள்ளார் எனவும் நீலகேசி அப்பகுதி மக்களிடமிருந்து அறிவதாக பாடல்கள் புனையப்பட்டுள்ளன. அதே சமயம் அங்கே வசித்து வந்த புத்தர் பெரிய அரண்மனை போன்ற மடத்தில் ஒரு பெரிய சிம்மாசனத்தில் வீற்றிருந்ததாகவும், சுற்றிலும் பௌத்த மாணவர்கள் பாடம் கேட்பதாகவும் நீலகேசி விவரிக்கின்றது. இந்த விவரணை மூலம் போதி மரத்தடி புத்தர் எனும் பிம்பத்தை உடைத்து அவரை முற்றிலும் எதிர் நிலையில் வாசகர்களுக்கு அறிமுகம் செய்கின்றது நீலகேசி. இது புத்தரின் மீது சமணர் கொண்டிருந்த வெறுப்பை வெளிபபடுத்துவதாகவே உள்ளது. இந்தச சூழலில்தான் நீலகேசி புத்தரை சந்தித்து உரையாடலுக்கு அனுமதி கேட்கின்றார். நீலகேசியில் இந்த இடம் முக்கியமானது. நீலகேசியின் ஆசிரியர் மாகாவீரரையும் புத்தரையும் நேருக்கு நேர் மோத வைக்கும் இடமாகும் இது.

இந்த சூழலின் வழியாகச் சென்ற நீலகேசி அரச மர நிழலில் புத்தர் வீற்றிருக்கின்றதைக் காணுகின்றாள். புத்தரை அடுத்து

ஒரு சிலர் எதிர் நின்று புத்தரைப் பாராட்டி வாழ்த்துப் பாடி வணங்கிக்கொண்டிருந்தனர். புத்தர் கதர் ஆடை போர்த்திருந்தார்.

வழக்கம் போல நீலகேசி பணிவுடன் புத்தரை வணங்கி அவர் தத்துவங்களை விளக்கக் கோரினாள். புத்தர் விளக்கினார்.

உரையாடல் தொடங்கியது.

கந்த மைந்திவை கணிகத்த வாமெனக் கரைந்து
முந்தி நாடினோ ருணரவல்ல தில்லையென் றுரைத்தும்
புந்தி யாலங்கோர் புற்கல னுளனெனப் புணர்த்து
மந்தி லாற் சொலாப் பாட்டினோ டியாதுமில் லெனவும்.

(நீலகேசி-478)

என்ற பாடலில் தொடங்கி அவர்களின் உரையாடலை எடுத்துச் செல்கின்றார் நூலாசிரியர்.

“மெய்மை அல்லது உண்மையின் அடிப்படைத் தத்துவங்கள் பௌத்த சமய நிலைப்பாட்டின்படி ஐந்து ஸ்கந்தங்களின் கூட்டாகும். உருவத்திற்கு ஒரு ஸ்கந்தம், உணர்ச்சிகளுக்கு ஒரு ஸ்கந்தம், அறிவுக்கு, பெயர்களுக்கு, செயல்பாட்டிற்கு என ஸ்கந்தங்கள் உள்ளன. இவைதான் அடிப்படை மூலப் பொருட்களாகும், உலகில் உள்ள பொருள்கள் அனைத்தும் உருவக ஸ்கந்ததத்தைச் சார்ந்தவை. அவை கூடத் தனித்த தனிமம் கிடையாது. அதன் கூட்டு அம்சங்கள் எட்டுப் பொருள்கள் ஆகும். வழமையான பஞ்ச பூதங்களில் நீர், நிலம், காற்று, நெருப்பு ஆகிய மூலப்பொருட்கள் முதல் நிலைப் பொருட்கள். அவற்றின் துணையாகப் பொறி உணர்ச்சிகளான, நிறம், சுவை, மணம், ஊறு ஆகியவைகளும் இணைந்தே இந்த மூலத்தை உருவாக்குகின்றன. இவற்றை ஒன்றிலிருந்து ஒன்று பிரிக்க முடியாது. ஒரே தொகுதியாக எட்டு மூலப்பொருட்களின் பண்புகள் இவை. இவற்றின் மூலமாகத்தான் பொருளின் திண்மை, நெகிழ்ச்சி, வெப்பம், சுழற்சி ஆகிய நால் வகைச் செயல்கள் நடைபெறும். என்று தொடர்ந்து விளக்கம் தரத் தொடங்கினார் புத்தர்.

“உணர்ச்சிகள் என்று சொல்லும் போது இன்ப உணர்ச்சி, துன்ப உணர்ச்சி, சமன் உணர்ச்சி என மூன்று வகைப்படும். அறிவு எனும் போது புலனறிவுகளால் கிட்டும் ஐந்து வகை அறிவும், மனதிற்கென தனியான ஒரு அறிவு உள்ளதையும் சேர்த்து ஆறு அறிவு ஆகும். இதனை போன்ற பெயர் ஸ்கந்தமும் ஆறுவகை செயற்கந்தம். மனம், மொழி, மற்றும் மெய் என்பவை மூன்று வகை. இந்த ஸ்கந்தங்கள் நொடிக்கு நொடி தோன்றி

மறைபவை. ஆனால் இந்த மறையும் காட்சிகளை தொடர்பு படுத்தி தொடர்ச்சி யுடையவையாக நமக்குத் தோன்றுவது மயக்க நிலையே. உண்மையில் பார்த்தால் எல்லா பொருட்களும் நிலையற்றவையே!" என்று விளக்கினார் புத்தர்.

இந்த விளக்கம் அறிவியல் சார்ந்த பொருள் முதல் வாத விளக்கம் எனலாம். இதனைத் தொடர்ந்து மேலும் அவர் கூறலானார்:

"ஆன்மா என்று ஒன்று தனியாக இல்லை. அது மரணத்திற்குப் பின் உடலை விட்டுப் பிரியும் என்பது உண்மையல்ல. ஐந்து ஸ்கந்தங்களின் சேர்க்கையே ஆன்மாவாகும். இந்த ஸ்கந்தங்களோ நிலையற்றவை. அழிவுத் தன்மை கொண்டவை. இந்த ஸ்கந்தங்களைப் பொறுத்தமட்டில் நிலையாமை, துன்பம், தூய்மையின்மை, உயிர் எனும் தனித்தன்மை இல்லாமை (அனாத்மா) போன்ற குணங்களைக் கொண்டவை. இந்த நிலையாமையை உணர்ந்தவன் உலகத்தின் மொத்த நிலையாமையையும் உணரும் நிலை பெறுவதே நிர்வாணமாகும்" - என பௌதத்தின் முக்தி நிலை பற்றி விளக்கினார்.

நிதானமாகப் புத்தரைப் பார்த்த நீலகேசி, "ஐந்து ஸ்கந்தங்கள் சேர்க்கைதான் மெய்மை என்கிறீர்கள். அதுவும் கணம் தோறும் மாறக்கூடியது, அழியக்கூடியது என்கின்றீர். ஸ்கந்தங்கள் கூட்டாகச் சேர்கின்றன என்றால் அவற்றைக் கூட்டாக இணைப்பது யார் அல்லது எது? அதற்கு ஒரு அடிபடை இணைப்பு தேவையில்லையா? ஆமாம் என்றால் ஆன்மா என்ற ஒன்றை நீங்கள் ஏற்பதாகும். இந்தக் ஸ்கந்தங்கள் அத்தகைய ஆன்மாவின் பண்பு எனக் கொள்ளப்படும். ஆன்மாவின் பண்புகள்தான் ஸ்கந்தங்களே தவிர ஸ்கந்தங்களின் கூட்டு வினைப்பயனாக விளைவதல்ல ஆன்மா. மேலும் நீங்கள் நான்கு முதற்பொருளைக் கூறுகையில் அவற்றிற்கான பண்புகள் மற்றும் செயல்கள் பற்றிச் சொன்னீர்கள். பண்புகள் தனித்தவையாக விளக்குகின்றீர்கள். இது எப்படி சாத்தியம்? பொருள்களின்றி பண்புகள் ஏது? மேலும் ஸ்கந்தங்களை அறியவேண்டுமெனில் அவற்றிற்கு அடிப்படை மூலப் பொருளாக மண்ணை ஏற்கின்றீர், ஜடப் பொருட்களுக்கு அடிப்படை மண்ணாகும் போது, உணர்ச்சிகள் போன்ற ஸ்கந்தங்களுக்கு அடிப்படையாக உயிரை அல்லாது ஆன்மாவைக் கொள்ளுவதில் என்ன தவறு? ஆன்மாவை ஏன் நிராகரிக்கின்றீர்கள்?" என்று கேட்டாள்.

“நாங்கள் பண்புகளைத் தான் ஏற்கின்றோம். பொருட்களை அல்ல” - என்றார் புத்தர்.

“அப்படியானால் பண்புகள் பொருட்களாகின்றன. அப்படி உண்டாகும் பொருட்களில் பண்புகள் உருவாகும் அல்லவா?”

“பண்புகள் அல்லாது பொருட்கள் இல்லை. பண்புகளே முதன்மையானாவை. ஸ்கந்தங்கள் பிரிந்து இயங்காது, கூட்டாகத்தான் இயங்கும் என்கின்றீர்கள். அப்படியானால் ஒன்றுக்கொன்று முரணான நீர் மற்றும் நெருப்பு ஆகியவை ஒன்றிணைந்தே இயங்கும் என்றாகிறது. இது தவறு அல்லவா? இது மட்டுமல்ல, ஒவ்வொரு மூலப் பொருளிலும் பிற மூலங்கள் கலந்துள்ளன என்கிறீர்கள். அப்படியாயின் அவற்றின் குணங்களும் ஒவ்வொரு மூலப்பொருளிலும் கலந்து விடும் அல்லவா? ஒவ்வொரு மூலப் பொருளும் தனித்தன்மையோடு இருப்பது என்பது சாத்தியமற்றுப் போகுமல்லவா? மூலப்பொருள் என்பதே இல்லாமல் ஆகுமல்லவா?” எனக் கேள்விகளை அடுக்கினாள் அவள்.

“அப்படி அல்ல நீலகேசி. ஒவ்வொரு மூலப்பொருட்களிலும் அதற்குரிய பண்பு மிகுந்து காணப்படும். பிற பண்புகள் குறைவாகக் காணப்படும்.” என்றார் புத்தர். இன்றைய வேதியல் அப்படித்தான் பொருட்களின் தன்மைகளை விளக்குகின்றது என்பதையும் நாம் மனதில் கொள்ளவேண்டும். அக்காலத்திலேயே இப்படிப்பட்ட அறிவியல் விளக்கங்களைப் பௌத்தம் முன் வைத்ததை நாம் கவனிக்க வேண்டும்.

“அப்படியென்றாலும் ஒரு பொருளில் ஒரு பண்பு அதிகமாக இருக்குமானால் அது அதைவிட குறைந்த பண்பை அழித்துவிடும். அது ஒத்து இயங்குதல் அரிது. மேலும் புலன்களால் உணரப்படும் எட்டினப் பொருட்கள் அங்ஙனம் உணரப்படாதவற்றுடன் இயங்குவது எப்படி சாத்தியமாகும்? தவளையின் கால் சுவடு காற்றில் இருப்பது போல தொடர்பற்று விளக்கம் தர வேண்டி நேரிடும்” என்று கேட்ட நீல கேசி மேலும் வினவினாள். எட்டினப் பொருட்கள் என்று சொல்வது அஷ்டகம் என்பார்கள். அவை மண், நீர், காற்று, நெருப்பு ஆகியவை மூலப்பொருட்களாகவும், அவற்றை உணர்த்தக் கூடிய புலன் உணர்ச்சிகளாகிய நிறம், சுவை, மணம், ஊறு ஆகியவைகளும் ஆகும்.

“அறிவு செயலுக்குக் காரணம் என்கிறது பௌத்தம். அந்தச் செயல் இன்ப துன்பங்களை உண்டாக்குகின்றது என்றும் சொல்லுகின்றீர்கள். இதில் அறிவு கொண்ட அறிபவன்,

செயலைச் செய்பவன் மற்றும் நுகர்பவன் ஆகியவர்களுக்கு ஆன்மா இல்லை என்றும் கூறுகின்றீர்கள். ஆன்மா இல்லாமல் இவை மூன்றும் எப்படி தொடர்பு கொள்ளுகின்றன? மூவருக்கும் தொடர்பு இல்லாமல் எப்படி ஒரு செயற்பாடு சாத்தியமாகும்? அறிவு என்ற ஸ்கந்தம் தோன்றக் காரணம் ஆசை அல்லது விருப்பம் என்கீறீர்கள். அப்படியாயின் அறிவிற்கு முந்தையது விருப்பம் என்றாகிறது. அந்த விருப்பம் எங்கிருந்து எழுகின்றது? உடலிலிருந்து என்றால் ஜடத்திலிருந்து வந்ததாகின்றது. இல்லை அதுவும் அறிவு என்ற அருவப் பொருளிலிருந்து எழுகின்றது என்று சொன்னால் விளைவாக சொல்லப்பட்ட அறிவு, விருப்பத்திற்கே பிறப்பிடமாகின்றது. அதாவது காரியமே காரணமாகின்றது. இது எப்படிப் பட்ட முரண்? ஆனால் நீங்கள் இதை சமாளிக்க உள்ளூறை அறிவு என்று ஒன்று இருப்பதாகக் கொள்கின்றீர்கள். அந்த உள்ளூறை அறிவுதான் ஆன்மா என்பதாகும். ஆன்மாவிற்கு நீங்கள் வேறு பெயர் சூட்டுகின்றீர்கள் அவ்வளவுதான்!" - என்று பௌத்தத்தின் அடிப்படையையே தாக்கினாள் நீலகேசி.

பௌத்தக் கோட்பாட்டின்படி புலன் உணர்ச்சிகளுள் மணம், சுவை, ஊறு ஆகிய மூன்றும் மூலப் பொருட்கள் புலன்கள் மீது ஏற்படுத்தும் விளைவே ஆகும். நீலகேசி இந்த கோட்பாட்டின் நீட்சியாக ஒலியும் மூலப்பொருளின் விளைவே என்று கூறலானாள்.

"ஒலி காற்றணுக்களின் இயக்கத்தால் உருவாகின்றது. அது ஒளியின் வேகத்தை விடக் குறைந்தது. எப்படி சலவைத் தொழிலாளி துணி தோய்க்கும் போது பார்ப்பவர்களுக்கு முதலில் தோய்க்கும் காட்சி புலப்பட்டு அதனால் உண்டாகும் ஒலி பின் கேட்குமோ அப்படித்தான். கட்புலனுதவி இல்லாமலே ஒலி எழுவதையும் அது ஒலிக்கும் திசையையும் காட்சியின் மூலம். உணரமுடியும்." - என்றாள் நீலகேசி.

ஷனிக வாதம் எனும் புத்தரின் நொடிக்கு நொடி மாறும் கோட்பாட்டை அவள் விமரிசித்தாள். "நொடி தோறும் மாற்றம் ஏற்படுவது உண்மையானால், புத்தர் என்ற பெயரை சொல்வதற்குள், அதனால் குறிப்பிடப்பட்ட புத்தர் மாறிவிடுவார். பின் தொடர்ச்சி இல்லாமல் போகும். கேட்ட கேள்வியும் இல்லாமல் போகும். இது குழப்பத்தைதான் உருவாக்கும்." என்ற நீலகேசி தொடர்ந்தாள்.

"ஒலி என்பது பொருளன்று. அது போலித் தோற்றம் என சொல்லுகின்றீர்கள். அப்படி என்றால் ஒலியினால் சொல்லப்படும் உங்கள் பீடகங்கள், பிற நூல்கள், உங்கள் நேரடி அறிவுரைகள்

எல்லாம் தோற்றப் பிழைகள்தானா?

அறிவுக்கான ஸ்கந்தமும், பெயருக்கான ஸ்கந்தமும் ஒரே வகைப் பொருளைக் குறிக்கின்றன. அப்படியென்றால் அவற்றிற்குத் தனித் தனியான மூலப்பொருட்கள் எதற்குத் தேவை? அங்கு அறிவு எனும் ஸ்கந்தம் தேவையற்றது ஆகின்றது.

செயற்ஸ்கந்தத்தில் பத்துத் தீமைகளும் உள்ளடங்கியுள்ளன. அவா, வெகுளி, மயக்கம், ஆகிய மனதின் செயல்களும், பொய், குறளை, இன்னாசொல், பயனில சொல்லுதல், ஆகிய மொழி சார்ந்த செயல்களும், கொலை, களவு, காமம் ஆகிய உடலின் செயல்களும் என பத்து தீமைகளை பௌத்தம் குறிப்பிடும். ஆனால் இந்தப் பத்து தீமைகளில் குடிப் பழக்கமும், பேராசையும் ஏன் இடம் பெறவில்லை? மேலும் ஆசை என்பது தீமையானால் புத்தத் துறவியர் குடை, மிதியடி, குண்டிகை ஆகியவற்றை ஏன் வைத்துக் கொள்ளுகின்றனர்? உண்மையில் ஆராய்ந்து பார்த்தால் எல்லா ஆசைகளுமே தீமை என சொல்லமுடியாது. அவை நன்மை பயப்பதையும் அல்லது தீமை பயப்பதையும் வைத்தே அது பற்றி முடிவு செய்யமுடியும். அதே போல கோபத்துடன் இணையும் ஆணவம், மதி மயக்கம், சிறுமை போன்றவற்றையும் நீங்கள் தீமைகளாகக் குறிப்பிடவில்லை. ஆனால் உங்கள் தனிப்பட்ட வாழ்வினில் இவற்றையெல்லாம் அகற்றியிருந்தாலும், சமயக் கோட்பாட்டில் வலியுறுத்தத் தவறிவிட்டீர்கள். மேலும் தீமையை உண்டாக்கும் பொய்மையை தவிர்க்க நீங்கள் வலியுறுத்தவில்லை. எல்லா தீமைகளுக்கும் பின்னால் மனதின் செயல்பாடு உண்டு என்பதையும் நீங்கள் தெளிவாக உங்கள் கோட்பாடுகளில் விளக்கவில்லை." என பட படத்தாள்.

புத்தர் நீலகேசியை அதிர்ச்சியுடன்தான் பார்த்திருக்க வேண்டும். அவருடைய ஞானம் என்பது போற்றபட்ட நாளில் அவருடைய கோட்பாட்டில் குறை கூறுவது என்பது ஞானத்திற்கும் அப்பால், வரையறுக்கப்படும் கோட்பாடுகளே மெய்யியல் களத்தில் முதன்மை பெறுகின்றன என்பது இங்கே உணர்த்தப்படுகின்றது.

மென்மையாகப் பேசுவது நல்வினையொக்கும் என புத்தர் கூறியுள்ளதை அவள் மேற்கோளிட்டுப் பேசினாள்

பையச் சொல்லுத னல்வினைப் பாலென்றா
லெய்யக் குற்ற வெறியப்புணர்க்குங்கால்
வையத் தீயாவரு மந்திர மாமவை
செய்யச் சொல்லுநர் செவ்விய ராபவோ

(நீலகேசி-536)

கடும் சொல் தீவினை என்பதால் மென்மையாகப் பேசுவது நல்வினை என்றீர். அவ்வாறு என்றால் பகைவர்கள் மீது அம்பு ஈட்டியால் குத்தவும் வாளால் எறியவும், கயவர்களை ஏவும்போது, மறைவாக இருந்து மென்மையான சொல்லைப் பேசுபவர் அறமிக்கவர் ஆவாரா? என்று வினவினாள்.

பௌத்தம் அறம் குறித்து அழுத்தமாக விளக்கும். கொலை குற்றம் பற்றி அது விளக்குகையில், ஒருவர் மீது கொலைக் குற்றம் சாட்ட வேண்டுமானால் ஐந்து முக்கிய கூறுகளை ஆராயவேண்டும் என்கிறது பௌத்தம். அதை அடிப்படையாக வைத்து நீலகேசி வாதிட்டாள்.

"முதலாவதாக கொலைக்கு ஆளாவது உயிருடையதாக இருக்க வேண்டும். அடுத்தது கொலை செய்பவருக்கு அது உயிருடையது என்ற அறிவு வேண்டும். மூன்றாவதாக கொல்லும் எண்ணம் முன் கூட்டியே அவருக்கு இருந்திருக்க வேண்டும். அடுத்து அவர் அந்தக் கொலையைச் செய்திருக்கவேண்டும். இறுதியாக கொலைக்கு ஆளான அந்த உயிர் இறந்திருக்க வேண்டும். இந்த ஐந்தில் எது குறைபாடு கொண்டிருந்தாலும், அது கொலைக் குற்றமாகாது என்று நீங்கள் விளக்குகின்றீர்கள். அதன்படி ஒருவர் கொலை முயற்சி மேற்கொண்டு அது நடைபெறாமல் போனால் அந்த முயற்சி குற்றமாகாது என்றாகிறது. ஆனால் உங்கள் புத்த சமய நூல் ஒன்றில் ஷாந்தி பாலன் என்ற துறவியைக் கொல்ல முயன்றதற்காக மன்னன் கலாகன் என்பவனுக்கு நரகம் செல்லும் தண்டனை கொடுக்கப்படுகின்றது. இது முரண் அல்லவா?" - நீலகேசி வினவினாள்.

"உங்கள் பேரறவுறை நான்கினுள் எல்லாமே துன்பம், எல்லாமே தூய்மை யற்றவை, எல்லாம் நிலையற்றவை, எல்லாம் உயிரற்றவை (சர்வம் அனாத்மா) என்ற நான்கு மகா உண்மைகள் சொல்லப் படுகின்றன. அவை சரியாயின், நீங்கள் சொல்லும் அறகோட்பாடுகளும் நிலையற்றவை யாகிவிடும். தூய்மை அற்றவையாகிவிடும். உங்கள் மறை நூல்கள், போதி மரத்தடி போன்றவையும் தூய்மை அற்றவையாகும் அல்லவா? நொடி தோறும் எல்லாம் அழிவது உண்மையானால், ஒருவரின் உடமைகளை அரசன் பறிக்கும் போதோ, அல்லது வெள்ளத்தால் உடைமைகள் அழியும் போதோ மட்டும் வருந்தும் மனிதர்கள், நொடிக்கு நொடி ஏன் வருந்துவதில்லை? உங்கள் மறை நூல்களும் அழிந்துவிடும் அல்லவா? உங்களின் பிரத்திய பிரக்ஞை எனும் பழைய நினைவுத் தொடர்ச்சிக் கொள்கையும் சாத்தியப்படாது.

நினைவுகளும் அழியும். மெய் பொருட்களை அவற்றின் பெயர், உருவம், பொருண்மை மற்றும் செயல் வகை எனும் நான்கு அம்சங்களைக் கொண்டுதான் அறியமுடியும். இதில் முதல் மூன்று அம்சங்களும் ஆன்மா உள்ளது என்பதைத் தெளியவைக்கும் வகைகள் ஆகும். ஆனால் நீங்கள் இவை மூன்றையும் புறம் தள்ளி, கடைசி வகை செயல் வகைகளை மட்டும் ஒப்புக்கொள்ளுகின்றீர்கள். வினைப் பயன், வினையுலகு, மற்றும் வீடு பேறு என்பதை ஏற்கும் பௌத்தம் இவை மூன்றிற்கும் அடிப்படையான உயிர் அல்லது ஆன்மா என்பது உண்டென்பதை மறுப்பது பொருத்தமற்றது" - என நீல கேசி தர்க்கம் பேசினாள்.

புத்தர் தொடர்ந்து உவமைகளைக் கூறி விளக்கியும் அவள் விடுவதாக இல்லை.

"நொடி தோறும் அழிந்து புதிதாகும் இவ்வுலகில், வினைப் பயன் மட்டும் எப்படி சாத்தியமாகும் எனக் கேட்டாள். அவ்வாறாயின் வீடு பேறுக்கும் வினைச் செயலுக்கும் தொடர்பு இருக்காது. ஒவ்வொரு நொடியிலும் அந்த வீடு பேறு நிகழும் அல்லவா?"- என்றாள்.

தூய்மை யில்லை முழுவது மென்பதை
வாயும் நீசொல்லும் வாய்மைய தாயினாற்
றாமஞ் சாந்தம் புனைபவர் தாமெலாம்
ஏம நன்னெறி கண்டில ரேபிற

(நீலகேசி-557)

"உங்கள் நூல்படி நிற்கும் ஒழுக்கமும், உணவும் தூய்மை உடையது என்றால் பின் ஏன் எல்லா பொருளும் தூய்மை அற்றது என்று சொல்லுகின்றீர். முரண்பட்டுப் பேசும் நீர் அதை அறியவும் இல்லை. நீர் ஒரு சமயத்தின் தலைவனும் ஆகமுடியாது" என மேலும் தாக்கினாள்.

அழுகு பூசுமி னங்கண மாடுமின்
கழுகு ஞூத்தையோ டேனவுங் கவ்வுமின்
மெழுகு மின்னிடை மெச்சிய மல்லகின்
முழுதுந் தூய்தன்மை சொல்லிய மூடர்கள்

(நீலகேசி-561)

நிலையாமை உறுதி என்றால் வாய்மையின் நிலை என்ன? எல்லாமே நிலையாமை உடையவை என்று சொன்னால் மூன்று வாய்மைகளும் வாய்மையாக இல்லாமல் போனால் அதை எவ்வாறு நிலை நாட்டுவீர்கள்?

எனைத்துணையு நீவருந்தி யெத்துணையோர் கால
நினைத்திருப்பி னல்லது நின்காட்சி தன்னால்
வினைப்பயத்தின் கூட்டம் விரித்துரைப்ப னென்னிற்
றினைத்துணையு மாகாமை தோது நீ யென்றாள்

(நீலகேசி-654)

"நீ வருந்தி எத்தனைக் காலம் ஆராய்ந்தாலும் கண பங்கம் என்னும் காட்சி வாயிலாக வினைக்கும் அதன் பயனுக்கும் உள்ள தொடர்பினைக் கூற முயன்றாலும் அது தினை அளவு கூட கை கூடாது என்ற உண்மையை அறிந்து கொள்க". என்றாள் அவள்.

இவ்வாறாக இந்தச் சருக்கத்தில் நீலகேசி புத்தருடன் மேற்கொள்ளும் வாதங்கள் விரிவாக கொடுக்கப்பட்டுள்ளன. அவள் பௌதத்தின் வாழ்க்கை நெறிகளை ஒரு புறம் சாடியும், மறுபுறம் அதன் அனாத்மா கொள்கை, ஷனிகவாதம், நிலையாமை போன்ற கொள்கைகளையும் கடுமையாக வாதிட்டும் மறுக்கின்றாள். பெருள் எப்போதும் நிலையாயதாயின் வினைக்கும் பயனுக்கும் தொடர்பு உண்டென்றாகின்றது. நிலையற்றதாயின் வினைக்கும், பயனுக்கும் தொடர்பு ஏற்படாது. இரண்டு நிலைகளையும் பொருள் கொள்ளும் என்றால் எங்கள் சமணத்தின் நிலைப்பாட்டை நீங்கள் ஏற்பதாகும்." என பேசினாள். சமணத்தின் சப்தபங்கி வாதம் பொருள்களின் இருப்பு என்பது ஏழு வகை நிலைகளைக் குறிக்கும். இதைத்தான் நீலகேசி அடிப்படையாக வைத்து வாதித்திருக்கவேண்டும்.

இந்த விவாதத்தின் இறுதியில் புத்தர், நீலகேசியின் குற்றச்சாட்டுகளை ஏற்கின்றார். "எம் கடவுள் அருளிய நூல்களைப் பயின்று அவற்றின் பொருளைத் தெளிந்து பிற சமய வேட்கை உடையவர் என்றாலும், புற வேட்கை உடையவராக இருந்தாலும், வீடுபேறை அடைய வேண்டி எமது தத்துவத்தை ஏற்று அதன் வழி நெஞ்சைச் செலுத்தி வெல்வீராக" என்று நீலகேசி கூறி விடைபெறுகின்றாள்.

ஜென் பௌத்தம் போன்ற புத்த சமய பிரிவுகளில் நொடிக்கு நொடி கிடைக்கும் புதிய அனுபவமே நிர்வாணத்திற்குரிய ஞானமாகும். ஆனால் இந்த நிலைப்பாட்டை நீலகேசி வன்மையாக மறுக்கின்றது. அது மாறாத நிரந்தர உண்மை அனுபவம் பற்றி பேசுகின்றது.

10 ஆசீவகத்துடன் வாதம்

புத்தரை வெற்றி கொண்ட களிப்புடன் குக்குட மாநகரில் இருந்த சமதண்டம் எனும் ஊரை வான் வழியாகச் சென்று அடைந்தாள். அதற்கு முன் தன்னுடைய அருகக் கடவுளை வணங்கி பின் வருமாறு கூறுகின்றாள்:

"அருகனின் திருவடிக்கு மலரும், சந்தனமும் சாற்றி வணங்கியவர்கள் பிறரை வழிபடுவதில்லை. அந்த அருகன் திருவடியே நம் விருப்பங்களை நிறைவேற்றும் தன்மை உடையது.

புனையுலகிற் காதிய புங்கவ னார்த
மிணையடியை யல்லதியா மின்புறுவ
தில்லை
இன்புறுவ தில்லாத வெம்மை
யிணையடிக
டுன்புறவி லக்கதியுட் டோற்றுவிக்கு
மன்றே   (நீலகேசி-664)

உலகிற்கு முதன்மையான அருகனை வணங்கி அடையும் இன்பத்தை விட வேறு இன்பம்

இல்லை. அந்தத் திருவடி துன்பம் இல்லாத வீடுபேற்றைத் தருவதாகும்.

இரவிடைநன் மணிபோலு மண்ணா துணர்ந்தான்

திருவடியே யல்லதென் சிந்தனையி லில்லைச்

சிந்தனையொன் றில்லாத வெம்மைத் திருவடிக

ளந்திணையில் பேராற்ற லாக்குவிக்கு மன்றே

(நீலகேசி-665)

சுடர் வீசும் அருகனின் திருவடிகளை சிந்தியாத நெஞ்சத்தில் சிந்தனையில்லை. அவர் திருவடியைத் தவிர வேறு சிந்திக்காத என் பேராற்றலை அவன் வரமாகத் தந்தான் என்று அருகப் பெருமானின் பெருமையைப் போற்றியவாறே ஆசீவகத் தலைவரைக் காண வருகின்றாள். சமதண்டம் எனும் ஊரில்தான் ஆசீவக சமயப் பிரிவினர் வாழ்ந்து வந்தனர். அவர்களையும் வெல்ல எண்ணிய நீலகேசி அவர்களின் தலைவர் பூரணர் என்பவரைச் சென்று சந்தித்தாள். உரையாடல் நிகழ்ந்தது.

"உங்கள் சமயம் கண்ட இறைவன் யார்? உங்களின் புனித நூல் எது? உங்கள் சமயம் விளக்கும் உண்மை அல்லது உண்மைகள் யாவை?"- வினவினாள் நீலகேசி. பூரணர் விளக்கினார்:

என்றலு மற்கலி தானே யிறையினி

ஒன்பது வாங்கதிர் நூல்யா முடையன

மன்பெறு நுண்பொரு ளைந்தியல் பாயவை

யென்ப நிகழ்ச்சியுங் காழ்ப்பா டெனச்சொல

(நீலகேசி-671)

"எங்கள் சமயத்திற்கு தலைவர் மற்கலி ஆவார். எங்கள் மத நூல் நவகதிர் என்பதாகும். எங்கள் கோட்பாட்டின்படி மூலப்பொருட்கள் ஐந்தாகும். அவை நிலம், நீர், நெருப்பு, காற்று மற்றும் உயிர் என்பன ஆகும். உள்ளது இவை ஐந்தும் அழிவற்றவை. இவற்றின் இயல்புகளும் வெவ்வேறு தன்மைகள் கொண்டவை. உதாரணமாக நிலத்தின் பண்புகளாக ஓசை, உருவம், சுவை, நாற்றம், ஊறு ஆகியவை உள்ளன. நீருக்கு குளிர்ச்சி பண்பாகும். தீ சுடுவதும், காற்றுக்கு அசைவதும் இப்படியே! உயிரின் தன்மை அறிதல் ஆகும். அணுக் கூட்டமாகிய நிலம் முதலிய ஐந்து மூலப் பொருட்களும் குணம் உடையன என்றாலும், நாங்கள் அவற்றைப் பொருளிலிருந்து பிரித்துப் பார்ப்பதில்லை. எங்களுக்கு குணமும்,

குணியும் ஒன்றேதான். இந்த அணுக்கள் தமக்குள் கூடும். ஒன்றுக்குள் ஒன்று கூடிப் பிரியும், இவற்றைத் தவிர கணம் என்று நேரம் குறித்த ஒரு விடயத்தை நாங்கள் பேசினாலும் காலம் என்றொரு பொருள் உண்டென நாங்கள் கொள்ளவில்லை." என விளக்கி மேலும் தொடர்ந்தார்.

"எம் இறைவனாகிய மற்கலி நிறைவான அறிவு உடையவர். இரு வினை அறுத்தவர். எனவே அவர் செயல்படுவதும் இல்லை. பேசுவதும் இல்லை. பேசினால் வெளி உலகில் நிறைந்துள்ள அணு உயிர்களை வாளால் அரிந்து கொன்ற தீவினை வரும் என்பதனாலேயே அவர் பேசுவதில்லை. அவர் நுகர்வதும் இல்லை. உடல் தளர்வதும், மயிர் நரைத்தலும் இல்லாதவர். அவர் உருவம் எழுதா ஓவியம் போன்றது. மூப்பும், இறப்பும் இல்லாதவர். அவரை விளக்க இயலாது. அவரை நாங்கள் பூரணர் என்கின்றோம்" என்றார் அவர். பூரணர் விளக்கியதை கவனமாகக் கேட்ட நீலகேசி அவரின் பேச்சிலே தர்க்க ரீதியாக முரண்பாடு இருப்பதாகக் கருதினாள்.

"உங்கள் கோட்பாட்டின் நான்கு கூறுகளான தலைவன், மறைமொழி, மெய்மை இயல்பு, செயல்வகை என்ற நான்கும் கண்ணால் பார்த்தல் மற்றும் உய்த்தறிதல் ஆகிய இருவகை அளவைகளின் ஆதரமற்றவையாக உள்ளன. தலைவர் பேசமாட்டார் என்பது அர்த்தமற்றது. அறிவுக்கும் முரண்பாடானது. அவர்தான் வாய் திறந்து பேச மாட்டாரோ! அப்புறம் எப்படி ஒன்பது கதிர்கள் எனும் மறைமொழி தோன்றியது?"

"எங்கள் சமய மறை நூலை 'ஒக்கலி' மற்றும் 'யோகலி' எனும் தெய்வங்கள் தான் அருளின" என்றார் பூரணர்.

ஒக்கலி யோகலி யென்றிரு தெய்வ முரைத்தனவே
மற்கலி யார்போ லறிந்தன வாயிற் செறிந்தனவாம்
தக்கில வேயறி யாதன சொல்லுத றத்துவத்தை
யிக்கலி யாள ருரைத்தவு மேதமெ னாய்பிறவோ
(நீலகேசி-681)

"ஒக்கலி, யோகலி என்னும் இரண்டு தெய்வங்களும் எந்த சமய நூல்களில் இருந்தாலும், அத்தேவர்கள் அருளினார்கள் என்றால் உங்கள் நிறை அறிவுடையத் தலைவர் மற்கலி போல அவர்களும் வாய் திறக்கமாட்டார்கள் அல்லவா? அவர்கள் வாய் திறந்து பேசி நூலைப் படைத்தனர் என்றால் குறைபாடு உடையவர்களாக

அல்லவா ஆகிவிடுவார்கள்? இதனால் அவர்கள் படைத்த மறைமொழிகளும் குறை உடையவையாக ஆகும் அல்லவா? நம்மைப் போன்ற குறைந்த அறிவு உடையவரே அன்பு காரணமாக பிறர்க்கு வழி காட்ட, உதவ முன்வருவோம். ஆனால் உங்கள் நிறைவுடைய தலைவர் மற்கலி ஏன் மௌனமாக இருக்கின்றார்? அவரைப் போல பேசாமல் ஒருவர் மௌனம் காத்தால் அவரும் சமய ஆசிரியராய் ஆகிவிடுவார் அல்லவா? உன் தலைவனின் மௌனத்தைக் கொண்டே அவரை அடையாளம் கண்டு கொண்டீரா? பேசாமலிருப்பது நிறை அறிவிற்கு அடையாளம் என்று சொன்னால், பேச அறியாக் குழந்தைகள், காது கேட்காத, பேச முடியாத ஊமைகள் போன்றோரும் அறிவின் அறிகுறி கொண்டவர்களா? இந்த மரங்களும், மலைகளும் கூடப் பேசாதிருக்கின்றன. அவைகளை உம் சமயத் தலைவராக ஆக்கிக் கொள்ளலாமே!

வானிடு வில்லின் வரவறி யாத வகையனென்பாய்
தானுடம் போடு பொறியின னாதலிற் சாதகனா
மீனடைந் தோடும் விடுசுட ரான்கதிர் வீழ்புயன்மேற்
றானடைந் தாற்றனு வாமிது வாமதன் றத்துவமே

(நீலகேசி-684)

உங்கள் தலைவர் இயல்பாக வானவில்லைப் போலத் தோன்றியவர் என்று கூறுகின்றீர். அவன் மற்ற மனிதரைப் போல உடலுடன் இருந்தால் தாய், தந்தையர் மூலம் பிறவி எடுத்திருப்பார். உங்கள் கூற்றுப்படி அப்படி பிறக்க வில்லை என்றாலும்., வானவில் என்ற உவமானம் தவறானது. தலைவரின் தோற்றம் காரணமற்றது என்று சொல்லுகின்றீர். ஆனால் வானவில் தோற்றம் காரணமின்றி அமைவது அல்ல. மேகங்கள் மீது சூரியனின் கிரணங்கள் விழுவதாலேயே அது ஏழு வண்ணங்களைப் பிரதிபலிக்கின்றது. அவர் உறுப்பு அசைவு கூட அற்றவர் எனில் உயிரற்றவரா? பேசாத அவர் ஐந்து மெய்பொருட்களின் இயல்புகள் பற்றியும், வினைகள் பற்றிய இயல்புகள் பற்றியும் விளக்கம் தரமாட்டார் அல்லவா?" - நீலகேசி வாதிட்டாள்.

தமிழ் மெய்யியல் மரபில் இம்மாதிரி ஆழமான தர்க்க விவாதங்கள் இடம் பெற்றமைக்குச் சாட்சியாக நீலகேசி கதா பாத்திரம் விளங்குகின்றது.

அவள் தொடர்ந்தாள், "மூலப் பொருட்களில் மண்ணுக்கு மட்டுமே நிறம், சுவை, மணம், ஊறு போன்றவை

உண்டென்கின்றீர்கள். அப்படியானால், நீர், தீ, காற்று ஆகிய மூன்றிற்கும் குணங்கள் இல்லையே. இல்லை அவற்றிற்கும் அதே குணங்கள் உண்டா? அவைகளும் மண்ணாகத்தானே ஆகிவிடும். நீர், தீ, காற்று இவற்றிலிருந்து நீர் வேறானது. காற்று நிற்காமல் இயங்கக்கூடிய தன்மை கொண்டது. இவற்றுக்குள் பல வேறுபாடுகள் உள்ள நிலையில் மண்ணுக்கு மட்டும் குணங்கள் இருப்பதாக நீங்கள் கூறுவது, தாங்கள் சரியாக ஆராயாமல் பேசுவதாகும். மேலும் இவ்வுணர்ச்சிகளை உணரும் புலன்களும் மண்தானா? புலன் அறிவுக்கு உட்பட்டவையில் இருளும் ஒன்றாகும். அப்படியென்றால் ஏன் இருளையும் ஒரு மூலப் பொருளாக சேர்க்கவில்லை? மேலும் அணுக் கூட்டங்கள் எண்ணற்றவையாக இருக்கும் போது, ஏன் ஐந்து மூலப் பொருட்கள்தான் என்று நிலைப்பாடு கொள்ளுகின்றீர்கள்?" என்று கேட்டாள்.

இங்கு இருட்டு என்ற இருளையும் ஒரு பொருளாக சேர்க்கச் சொல்லி சொல்லும் போதும், சமணத்தின் அனேகாந்த வாதம் பேசும் பன்மைத்துவத்தை முன்வைத்து தத்துவக் கூர்மையை அவள் வெளிப்படுத்துகின்றாள்.

"மூலப் பொருட்களுக்கு இயல்பு உண்டென்றால் பண்புகளும் பிரிக்க முடியாதவை. உங்களைப் பொறுத்தமட்டில் மெய்மை மாறாதது. பல மற்றங்களுக்குப் பின் மாறாத பேருண்மை உண்டெனும் மெய்ப்பாடு கொண்டிருக்கின்றீர்கள். ஆனால் அதை ஏற்க முடியாது. தங்கம் அணிகலனாக மாறும் போதும், மரம் படகாக செய்யப்படும் போதும், வெண்கலம் கிண்ணமாகவும், தட்டாகவும் மாற்றம் பெறும்போதும் அவற்றின் மூலப் பொருள் ஒன்று என சொன்னாலும், அது தற்போது மாற்றத்திற்குள்ளாகி வெவ்வேறு வடிவம் கொண்ட பொருட்களாக ஆகின்றன. மாறி உள்ள பொருட்கள் என்பவையும் உண்மையானவை. அதேபோல இலக்கணத்தில் சொற்கள் பல்வேறு மாறுதல்களுக்கு உள்ளாகும் போது அவற்றின் பொருள் வேறுதான்."-என்றாள் நீலகேசி. இங்கு பொருட்களின் எல்லா மாற்றங்களுக்குப் பின்னும் மாறாத ஒரே பொருள் இருக்கும் என்ற தத்துவம் நிராகரிக்கப்படுகின்றது.

அடுத்து ஆசீவகம் மாற்றம் எனும் கொள்கையினை மறுப்பதை விமர்சிக்கத் தொடங்கினாள். நீலகேசியில் எந்தச் சமயக் கொள்கையுடன் எதிர் விவாதம் நடைபெறுகின்றதோ அந்த சமயத்தின் சார்பாக பேசுபவர் தங்கள் கோட்பாடுகளை அதிகம் விளக்குவதில்லை. மாறாக நீலகேசியே அவர்களின் தத்துவ

நிலைப்பாடுகளை முன் வைத்து, பிறகு அதை விமர்சனம் செய்து நிராகரிக்கின்றாள். அப்படியாயின் அவள் நிராகரிக்கும் நிலைப்பாடுகள் அந்தந்த சமயங்களுக்கு உரியவைதானா என்பதை ஆதாரப்பூர்வமாக அறிய நாம் அவற்றிற்குரிய நூல்களைத்தான் அணுகவேண்டும்.

அவள் தொடர்கிறாள். "நீங்கள் வளர்ச்சி என்பதை ஏற்கின்றீர்கள். வளர்ச்சிக்கான நான்கு கூறுகளான, கட்டாயத்தன்மை, படிமுறை, உச்ச எல்லை நிலை மற்றும் கால அளவு ஆகியவற்றை ஒப்புக் கொள்ளுகின்றீர்கள். ஒரு பெண் குழந்தையின் வளர்ச்சிக்குரிய கட்டங்களாக சிறுமி, இளம் நங்கை, மங்கை, பேரிளம்பெண், கிழவி ஆகியவற்றை ஏற்கவும் செய்கின்றீர்கள். அப்படியாயின் மாற்றம் என்னும் கோட்பாட்டை மறுக்கும் நீங்கள் மேலே குறிப்பிட்டவைகளை மட்டும் ஏற்பது ஏன்? மாற்றக் கோட்பாட்டை மறுக்க முடியுமா? ஒரு குழந்தை பல மாற்றங்களை அடைந்துதான் வளர்ச்சி அடைகின்றதல்லவா? என்றாள்.

*பாலைப் பழுத்தி னிறத்தன வாய்ப்பல மாட்டொடுகண்
ணாலெத் துணையு மகன்றைந்து நூறாம் புகையுயர்ந்து
ஞாலத் தியன்றன நல்லுயி ரென்பது நாட்டுகின்றாய்
மாலித் துணையுள வோநீ பெரிதும் மயங்கினையோ*
(நீலகேசி-712)

உயிர்கள் என்பன பாலைப் பழம் போன்ற நிறத்துடன் இடம் வலம் ஆகிய பக்கங்களாலும் அகன்று 500 காவதம் உயர்ந்து இந்த உலகத்தில் உள்ளன என்று கூறுகிறாய். அதற்கு உனக்குப் பித்து பிடித்ததா? என்றும் மயக்க மருந்து ஏதாவது குடித்துவிட்டாயா? இவ்வளவு பெரிய அளவு கொண்ட உயிர்கள் அவற்றை விட சிறிய மனித உடல்களில் எவ்வாறு உட்புகும், வசிக்கும்? உயிர்கள் பல கோடியாதலால் அவை அத்தனைக்கும் உலகில் இடம் ஏது?" என்று வினாக்களை அடுக்கினாள். சமணத்திலும் உயிர்கள் பிறப்புக்கு ஏற்றவாறு தங்களைச் சுருக்கி அல்லது விரித்து அவ்வுடல்களில் தங்கும் என்பதாகும். இருப்பினும் நீலகேசி ஆசீவகத்திடம் இக்கேள்வியை வீசுகின்றாள்.

"உயிர், பூசணிக்காயைப் போல நீள அகலம் மற்றும் உயரம் உடையதானப் பொருளாக இருந்தால் அக்காயைத் துண்டாக்க முடிவது போல உயிரையும் துண்டாக்க முடியும். உயிருக்கு உருவம் உண்டெனச் சொல்வது உங்கள் நூலுக்கு முரண்படாதா?

உருவம் அற்றது என்று சொல்லிவிட்டால் அது பற்றி பேச எதும் இல்லை என்றாகுமல்லவா? இதைவிட பெரிய தவறு உயிர்களுக்கு எண்ணிக்கை, உண்டு என்று அத்தொகையினையும் கூறி, இம்மாதிரி உயிர்கள் வீடுபேறு பெற்ற பின்னும் மீண்டும் பூவுலகில் பிறப்பார்கள் என்றும் கூறுகின்றீர்கள். இதற்கு மண்டல மோக்ஷம் என்றும் பெயரிட்டுள்ளீர்கள். இது அர்த்தமற்றது. வீடுபேறு பெற்ற உயிர் மீண்டும் பிறப்பு எடுக்குமானால் வீடுபேறு என்பதே அர்த்தமற்றதாகும். மேலும் அவ்வுயிரின் பிறப்புக்கும் அர்தமில்லாமல் போகும்." என்று கேட்டாள்.

மேற்சீர தீயோ டுயிர்காற்று விலங்கு சீராம்
பாற்சீர நீரு நிலந்தானும் பணிந்த சீரா
மேற்சீர மேற்போம் விலங்கோடு விலங்கு சீர்கீ
ழாற்சீர வீழும் மவையென்னினு மாவ தென்னோ

(நீலகேசி-717)

"தீயும், உயிரும் மேல் நோக்கிச் செல்பவை என்றும், காற்று பக்கவாட்டில் சுழற்றும் என்றும், மண்ணும் நீரும் கீழ் நோக்கிச் செல்பவை என்றும் நீங்கள் விளக்குகின்றீர்கள். மூலப் பொருட்களின் தன்மைகள் பற்றியே உங்களுக்கு சரியான புரிதல் இல்லை. தீ எரி நிலையில் கீழ் நோக்கி வரும் என்பதும், பக்கவாட்டில் அலையும் என்ற காற்று உடலின் மேலும் கீழும் செல்வதை நீங்கள் கவனிக்கவில்லை. தென் திசைக் காற்று தென்றலாக வீசும் போது, அதுவே வட திசைக்குச் செல்லும் போது வாடைக் காற்றாக மாற்றம் பெறுவது எவ்வாறு? நீர் ஆவியாகி, மேகமாகி மழையாகப் பெய்கின்றது. பின்பு மறுபடியும் மேல் நோக்கிச் செல்லும். எனவே நீர் கீழ் நோக்கித்தான் செல்லும் என்று நீங்கள் உரைப்பது சரியல்ல. உயிர்கள் தொடர்ந்து மேல் நோக்கி செல்லும் பொருளே என்றால் அவை திங்கள் மண்டலம் அல்லது விண்மீன் மண்டலம் ஆகியவற்றை எளிதில் அடையவேண்டுமன்றோ? காலமில்லை என்று கூறும் நீங்கள் வளர்ச்சியின் கூறுகளில் காலப்போக்கை ஒன்றாக ஏற்கின்றீர்கள். மேலும் காரணத் தொடர்பை மறுக்கும் நீங்கள் நோன்பும் தவமும் இருப்பது ஏன்?" - அவள் அடுக்கிக் கொண்டே சென்றாள்.

நோயுற்ற நுன்போற் குணமொன்றில னாய யானும்
பேய்மற் றிவடா னெனக்கண்டோர் பெரிய வன்றா
னீமற்றி துண்ணென் றறநல்க விளங்கப் பெற்றேன்
வாமத்து ணீயும் மதுபோலு மருந்தில் லையே

(நீலகேசி-722)

மயக்க நோய் கொண்ட உன்னைப் பிறர் இன்னும் பேய் என்று இகழாமல் இருக்கின்றனர். முனிச்சந்திர பண்டாரகன் என்ற சமண முனிவன் தந்த பிறவிப் பிணி தீர்க்கும் மருந்தை உண்பாயாக! நான் உண்டதால் தெளிந்தேன். வென்றேன். நீயும் அம்மருந்தை அருந்துக!" - என சமண நெறியை ஏற்குமாறு பூரணனிடம் அவள் கூறினாள்.

நீலகேசியின் விளக்கங்களால் தெளிவு பெற்ற பூரணர் தன் குழப்ப நிலையிலிருந்து விடுதலை தர அவளை வேண்டுகின்றார். நீலகேசி தன்னுடைய ஒரு விரலை நின்ற நிலையில் நீட்டிக் காட்டினாள். மறுவிரல்கள் மடங்கியிருந்தன. இந்தக் குறியீட்டை முன்வைத்து மேலும் பல மெய்யியல் விளக்கங்களை அவள் தந்தாள்.

பொய்ந்நின்ற வெல்லாம் புரைத்தாயினிப் பூர ணன்னே
மெய்ந்நின்ற பெற்றி யறிந்தாயிதன் மேலு நன்றாக்
கைந்நின்று முண்டுங் கடைப்பள்ளி வழியு மாக்கிச்
செய்ந்நின்று நீசெய் தவந்தானெனச் செப்பி னளே

(நீலகேசி-728)

"பூரணரே! நீர் மெய்மை அனைத்தையும் அறிந்து கொண்டீர். இனி எதிர் காலத்திலும் தியானத்தை மேற்கொண்டு பேரின்பத்தைப் பெறுக. உங்கள் பள்ளியிலே இனி அருகன் சமயத்தைப் பின் பற்றி நல்ல மாணவர்களை பயிற்றுவித்து தவம் செய்க" என்று வாழ்த்தி விடைபெற்றாள்.

11. சாங்கியத்துடன் வாதம்

அத்தினபுரம் எனும் நகரில் உள்ள சாங்கியக் கோட்பாட்டின் ஆசிரியர் பராசரர் பிற சமயத்தினரை வாதத்திற்கு கூவிக் கூவி அழைப்பதாகவும், அங்கு சென்று வாதிடவும் நீலகேசிக்கு பூரணர் ஆலோசனை கூறினார். அதன்படியே அவளும் அத்தினபுரம் வந்தடைந்து பராசரனைக் கண்டறிந்தாள். தன் வாத வெற்றிக்கு அறிகுறியாக கொடி ஒன்றை உயர்ந்து தோன்றும்படி நட்டு வைத்து தன் சமய நெறியினை போதித்து வந்தார் பராசரன். அங்கு சென்ற நீலகேசி, சாங்கிய கோட்பாட்டை விளக்குமாறு வேண்டிக்கொள்ள, தமது மாணவர்களுக்கு சாங்கிய தத்துவத்தை விளக்கிக் கொண்டிருந்த பராசரர், நீலகேசியிடம் உரையா டத்தொடங்கினார்.

> மன்னுயிர் தெற்றென வில்லது மான்செருக்
> கென்னவு மிந்திய மைந்தைந் தொருமன
> மன்னதன் மாத்திரை யைந்தைந்து பூதமும்
> பன்னிய வையைம் பதப்பொரு ளென்றான்
> (நீலகேசி-735)

"எங்கள் கோட்பாடு 25 தத்துவங்களைக் கொண்டது. நிலை பெற்ற உயிரும் (ஆன்மா), தெளிவற்ற பிரக்ருதி (இயற்கை), மான் (பெருநிலை, மகத்), செருக்கு (அகங்காரம்), இவற்றுடன் ஐந்து ஞான இந்திரியங்கள், கர்ம இந்திரியங்கள் ஐந்து, தன்மாத்திரைகள் ஐந்து, மனம், மற்றும் பஞ்ச பூதங்கள் ஐந்து, ஆகியன சேர்ந்து மொத்தம் இருபத்யைத்தைந்து தத்துவங்கள் ஆகும். இறைவனாகிய எம் தலைவன் செயலற்றவன், யாதொரு குணமும் அற்றவன், மெய்ப் பொருளாயிருப்பவன், இன்ப வடிவினன், மாறுதலற்றவன், என்றுமுள்ளவன், எங்கும் நிறைந்தவன், எல்லாம் உணர்பவன், முற்றறிவு உடையவன், பற்று இல்லாதவன், நுகர்ச்சி உடையவனும் ஆவான். தலைவனைப் போலவே பிரக்ருதி எனப்படும் இயற்கைக்கும் குணங்கள் உண்டு. அது உருவமற்ற, மாறுதலற்ற நிலைத்த மெய்மையாகும். இது புலன்களால் அறிய வொண்ணாதது. மறை நிலையுடையது. இதன் மூலம் பிறப்பது மான் எனும் தத்துவம். (இந்த மான் எனும் தத்துவத்தை மால் என்றும், பெருநிலை(மகத்) என்றும் குறிப்பிடுகின்றனர்.) இந்த மானிலிருந்து செருக்கு உருவாக, அதிலிருந்து மனமும், தன்மாத்திரைகள் ஐந்தும், அறி கருவி ஐந்தும், தொழிற்கருவி ஐந்தும் ஆகப் பதினாறு தத்துவங்களும் தோன்றும். இவை தவிர ஐந்து தன் மாத்திரைகளிலிருந்து ஐம்பெரும் பூதங்களும் பிறக்கும்." என்றார் பராசரர்.

கதக்களி யானைமுன் கல்லெறிந் தாற்போற்
பதப்பொரு டம்மைப் பழுதென் றுரைப்ப
மதத்தினின் மிக்கவன் மாதரை நோக்கி
யுதப்பென்னுங் குற்ற முரையெனக் கென்ன *(நீலகேசி-739)*

கதக்களி யானை முன் கல்லெறிந்தது போல நீலகேசி பராசரரைப் பார்த்து "நீர் கூறிய இத்தத்துவங்கள் எல்லாம் உங்களைப் போன்றே மயக்க முடையவர்களுக்குத் தத்துவமாகக் கூடும். பிற மெய்க் காட்சியாளர்களுக்கு இது பொருத்தமில்லாப் பொய்யாகத்தான் இருக்கும்" என்று கூறினாள். சினம் கொண்ட, மதயானையின் முகத்திலே கல்லை எறிந்தது போல அவள் வார்த்தைகள் செருக்கு மிக்க பராசரனைத் தாக்கியது. அவர் கோபத்துடன் "என்ன குறை என்று சொல் பார்க்கலாம்" என்றார்.

"நீங்கள் ஆன்மா செயலற்றது என்று கூறுவது ஏற்புடையது அல்ல. காட்சியும், அறிவும் செயலும் ஒருங்கே உடைத்ததாய், ஓய்வின்றி உணர்வு மயமாக இயங்கும் ஆன்மாவை செயலற்றது

என்பது சரியா? பிறர்க்கு அறிவு விளக்கம் தரும் நீங்களே இயங்கும் ஆன்மா கொண்டவர்தானே! பிற உயிர்களும் ஆன்மா இல்லையெனில், உங்கள் அறிவுரைகளைக் கேட்டு அவை எப்படித் திருந்தும்? நீர் சாங்கியம் கற்பிக்கும் ஆசிரியர் என்ற தகுதி இல்லாவதவர்" – நீலகேசி.

"நான் பரமாத்மா எனப்படுவதற்குத்தான் செயல் இல்லை என்று கூறினேன். உயிர் மூன்று வகைப்படும். அவை பேருயிர், இடை உயிர், மற்றும் வினை உயிர் என்பவையே அவை. இவற்றில் பேருயிருக்குத்தான் செயல் இருக்காது. மற்ற இரண்டிற்கும் செயல்பாடு உண்டு." –என விளக்கம் தந்தார் பராசரர்.

"முதலில் நீங்கள் உயிர் செயலற்றது என்று கூறிவிட்டு, பின்னர் அவற்றில் வகைபாடுகள் உண்டென விளக்கி, அவற்றில் இருவகை உயிர்கள் செயல்படுபவை என்று விளக்குவது முன்னுக்குப் பின் முரணானது. செயலாற்றுவதற்கு உயிர்கள் உண்டெனும்போது செயல்படாதப் பேருயிர் எதற்காக? அது என்ன செய்யமுடியும்? தங்களின் பரமாத்மன் செயலில்லாதவன், பண்புகள் அற்றவன், எவற்றாலும் காணப்பட முடியாதவன், நுகர்தலும் செய்யாதவன். இத்தகைய ஒரு பரமாத்மனை நீங்கள் கற்பித்துக் கொள்ளுவதால் என்ன பயன்? எல்லாமறிந்த பரமாத்மா அல்லது பேருயிர் எந்தத் தீவினைப் பயனால் உலக வாழ்க்கையில் சிக்குகின்றது? அவன் தொடுதலும், கலத்தலும் இல்லாதவன் என்றால் எப்படி உலகில் உள்ள எல்லாவற்றையும் அறிகின்றான், நுகர்கின்றான்?"– தொடர்ந்து தன் கேள்விக் கணைகளை அடுக்கினாள்.

"ஆன்மாவின் செயல், பரமாத்மாவின் செயல் என்பன கிடையாது. எல்லாம் இயற்கையின் செயலாகும். இயற்கை ஆற்றலின் செயல் என்பது ஒரு பூவின் நிறம் பளிங்கில் பிரதிபலிப்பது போலத்தான். இயற்கையின் பண்பும் ஆன்மாவில் பிரதிபலிக்கின்றது. அதை நாம் தவறாக நான் என்றும் என்னுடையது என்றும் கணிக்கின்றோம். அவ்வாறு நான் எனது என்று எண்ணுவதற்குக் காரணம் செருக்கே ஆகும். செருக்கு தோன்றுவதற்குக் காரணம் என்ன தெரியுமா? செருக்கு மான் எனும் தத்துவத்தால் உருவாகும். மான் என்பது அறிவுப் பெருநிலையாகும். அது பிரகிருதியில்தான் பிறக்கும்" – என்றார் பராசரர்.

"பொருளாக உள்ள, அதாவது ஜடத்தன்மை கொண்ட பிரக்ருதி எப்படி ஓர் அறிவுப் பொருளாகிய மான் என்பதை பிறப்பிக்க முடியும்? அப்படி பிறந்திருந்தால் அதுவும் அறிவு அற்ற

ஜடமாகத்தானே இருக்கும்? அறிவு அற்ற பொருளிலிருந்து அறிவு உள்ள பொருள் தோன்றுவது எவ்வாறு? ஒருவேளை மான் எனும் அறிவு நிலை தானே தோன்றியதா? இயற்கையானது உருவமற்றது. அதற்கு தோற்றம் உருவாக்கிய காரணம் இல்லை என்கிறீர்கள். அதனின்று தோன்றிய பெருநிலைக்கு உருவமுள்ளது. காரணக்காரியத் தொடர்பு உள்ளது. இது முரண்பாடு இல்லையா?

புத்தேந் திரியமுங் கம்மேந் திரியமும்
பத்தேந் திரியத்தோ டொன்றாய்ப் படைத்தனை
பித்தேந் திரியமும் பேயேந் திரியமும் குத்தேந் திரியமுங்
கொண்டிலை யன்றே   (நீலகேசி-754)

மேலும் ஞானேந்திரியங்கள் ஐந்து, கர்மேந்திரியங்கள் ஐந்து, இவற்றுடண் மனம் ஒன்று எனத் தனித்தனி மெய்நிலைகளை மூலக்கூறு தத்துவங்களாக முன் வைக்கின்றீர்கள். கர்மேந்திரியங்களான ஐம்புலங்களோடு, கை, கால், மலம் கழிக்கும் உறுப்புகள், பிறப்பு உறுப்புகள் போன்றவற்றையும் மூலக் கூறுகளாக இணைக்கலாமே! அதே போல பொறிகள் என்று பட்டியலிடும் போது, உதடு, இடுப்பு, நாக்கு, பல் போன்றவற்றையும் இணைத்துக் கொள்ளலாமே! ஓசை, தொடு உணர்வு, ஒளி, சுவை, நாற்றம் போன்ற உணர்வுகள் (தன்மாத்திரைகள்) போன்றவை உலகியல் பொருட்களுடன் தொடர்புடையவை. அவற்றையெல்லாம் நீங்கள் செருக்கின் வெளிப்பாடாக கூறுவது தவறு. செருக்கு என்பது தன்னுணர்வு ஆகும், அதிலிருந்து உலகியலின், பொருட்களின் தொடர்புடைய மூலப்பொருட்கள் (தன்மாத்திரைகள்) தோன்றுவது இயலாது. அதே போன்று வெளியிலிருந்துதான் ஒலி பிறக்கின்றது என்கிறீர்கள். அதுவும் தவறு. வெளி உருவமற்ற ஒரு பொருளாகும். ஒலி என்பது உருவம் கொண்ட பொருளாகும். ஒலி என்பது உலகியற் பொருட்களின் உராய்வால் உண்டாவது ஆகும் எனவே பிரகிருதியிலிருந்து மான் பிறக்கமுடியாது என்பதும், இந்த மானிலிருந்து செருக்கு பிறக்க முடியாது என்பதும் தெளிவாகின்றது. இப்படியாயின், நீங்கள் முன் விளக்கிய செருக்கு, மனம் உட்பட தொகுத்து வைக்கப்பட்ட பதினாறு தத்துவங்களும் பிறவாதவை ஆகிவிடக்கூடும்." என்று தர்க்க ரீதியாக சாங்கிய தத்துவத்தின் அடிப்படையை அசைத்தாள் நீலகேசி. ஆத்மனையும், பிரகிருதியையும் இணைப்பது எப்படி என்பதே தத்துவப் பிரச்சினையாகும். அதைப் பற்றி விளக்கும்போது பராசரர், "அது ஒரு குருடனும், முடவனும் கூடிச் செய்த தொழிலைப் போன்றது" என்றார்.

“இது பொருத்தமான விளக்கம் அல்ல. உங்களைப் பொறுத்தவரை இயற்கை மற்றும் உயிர் நிலை ஆகிய இரண்டும் செயலற்றவற்றவையாகும். எனவே பிரக்ருதியும், புருஷனும் இணைந்து படைப்பது என்பது பொருந்தாத விளக்கம் ஆகும். ஒரு குருடரும், முடவரும் இணைந்து செய்யும் செயல் என்று உவமை கூறுவதும் தவறான உவமானம் ஆகும். உங்கள் நூலில் சொல்லப்படும் இயற்கையும், உயிர்நிலையும் இணைந்து மான் போன்ற தத்துவங்கள் உருவாக்கும் என்ற நிலைப்பாடும் தவறாகும். இது இரு திருநங்கையர் மணமுடித்து குழந்தை பெறுவது போல ஆகும்” என்று விளக்கினாள் அவள். இந்த நூலில் எதிர் தரப்பின் நிலைப்பாடுகளை நீலகேசியே விளக்கி முன்வைத்து, அவற்றை மறுத்து அவள் வாதிடுவதாகவே பாடல்கள் அமைக்கப்பட்டுள்ளன என்பதையும் நினைவில் கொள்வது அவசியம்.

அவள் சாடல்களைக் கேட்ட பராசரர்,” ஆத்மன் ஒருவனே. ஆள்வது, அழிப்பது, படைப்பது, தவம் செய்வது, வீடு பேறு அடைவது ஆகிய ஐந்து பண்புகளைக் கொண்டது ஆத்மா. எனவே நீ சொல்லும் குறைகள் பொருந்தாதவை” என்றார்.

என்னை யொழித்தினி யெல்லா மவனெனச்

சொன்ன முறைமைய னாகு மவனெனிற்

றன்னை யொழித்துத் தபுத்துடன் றின்றிடிற்

பின்னை யவனையோர் பித்தனென் னாமோ

(நீலகேசி-769)

இதைக் கேட்ட நீலகேசி, “உயிர்கள் பல அல்ல, ஆத்மன் ஒருவனே இருக்கின்றான் என்றும், அதே சமயம் உயிரும், இயற்கையும் எங்கும் நிறைந்தவை என்றும் கூறுகின்றீர். பிரக்ருதியும் புருஷனாகிய ஆத்மனும் ஒன்று சேர்ந்தால்தான் உலகம் உண்டாகும். உண்மையில் ஆன்மாக்கள் ஒன்றே அல்ல. உங்கள் கூற்றுப்படி அது ஒன்றாகவே இருப்பின் பல குழப்பங்கள் எழுகின்றன. ஆசிரியர், மாணவருக்கு அறிவுரை கொடுத்தால், ஒரு ஆத்மா தனக்குத்தானே அறிவுரை சொல்லுவது போல அல்லவா ஆகும். யாகத்தில் ஆடு பலியிடப்படும்போது, எல்லாம் ஒரே ஆத்மா ஆகையால், வெட்டுபவனும், வெட்டப்படுவதும் ஒன்றே ஆகிவிடும். எனவே ஆடே தற்கொலை செய்துகொள்வது போல அல்லவா ஆகும். யானை, குதிரை போன்ற அஃறிணையுயிர்களும், காலாட் படைவீரர்களும். உயர் பதவியில் உள்ள அமைச்சர்களும், மன்னரும் ஒரே ஆத்மாதானே.

அப்படியாயின் ஒரு மன்னரைக் காட்டி இவர்தான் எங்கள் எல்லோரையும் ஆள்பவர் என ஏன் சொல்ல வேண்டும்? அப்படிக் கூறுபவர் ஆத்மாவே இல்லை என்று கூறமுடியுமா?" - என வினாக்களை அடுக்கினாள் நீலகேசி. நீலகேசியின் எல்லா கேள்விகளுக்கும் பராசரர் என்ன பதில் கூறுகிறார் என்பதை நூலாசிரியர் தரவில்லை. ஆனால் ஆங்காங்கே அவர் தரும் விளக்கங்கள் தரப்படுகின்றன. மேலும் தனது தத்துவப் பள்ளியின் கோட்பாடுகளாக அவர் தரும் எல்லா விளக்கங்களும் தரப்படுவதில்லை. மாறாக நீலகேசியே அவற்றைப் பராசரர் கூறியதாகக் குறிப்பிட்டு அவற்றை மறுக்கத் தொடங்குகின்றாள்.

ஆத்மனைப் படைத்தது யார்? படைக்கப்படும் முன்பு ஆத்மன் எங்கிருந்தான்? எங்குமே இல்லை எனில் அவனைப் படைத்தது யார்? அப்படிப் படைத்தவன் யார்? படைத்தவனைப் படைத்தவன் யார்? படைத்தவன்தான் இறைவன் என்றால் அவன் செயல்தான் எல்லா நிகழ்வும் என்றாகும். அப்படி அவன் செயலே எல்லாம் எனில், கொலையும், பழியும் கூட அவன் செயலாதல் வேண்டுமல்லவா? நின் பரமாத்மன் நாயாகப் பிறந்து கடிப்பவன் ஆவான். நரிகளாய்த் தோன்றிப் பல்வேறு உயிர்களைக் கொல்லுவான். பேய்களாய்த் தோன்றி உயிர்களை அறைந்துண்பான். எருதுகளாய்த் தோன்றி குத்துவான். ஈக்களாயும், எறும்புகளாகவும் தோன்றி துன்புறுத்துவான். இதன் படி பார்த்தால் பெரும் தீவினை செய்பவனாவான்" என்றள் அவள். சர்வம் கிருஷ்ணார்ப்பணம் எனும் கொள்கையை இங்கு நினைவு கூறலாம்.

"ஐயா, உன்னுடைய இறைவன் எனும் பரமாத்மன் ஒரே நேரத்தில் ஆக்கல், அழித்தல், காத்தல் போன்ற காரியங்களைச் செய்வார் என்பதும் விசித்திரமானது. ஒரே காலத்தில் ஒருவர் தாடியை வைத்து தவம் செய்து வீடு பேறு பார்க்க முயன்றும், அதே நேரம் அவரின் மனம் உலகத்தை ஆட்சி செய்தும், அவர் தன் கைகளால் உலகத்தைப் படைத்துக் கொண்டும், அதே நேரத்தில் தன் கால்களால் தான் படைத்த உலகைத் தனே அழித்துக் கொண்டும் இருப்பார் என்றால் அவரை எத்தகையவராகப் புரிந்து கொள்ளமுடியும்? இப்படி ஒருவரை விளக்குபவர்கள் எத்தகைய மூடராக இருத்தல் வேண்டும்? மேலும் நீங்கள் மாறாத நிலை உடைய பேருண்மை பற்றிப் பேசுகின்றீர். அப்படியாயின் வளர்ச்சி என்பதை எப்படி புரிவது? மாற்றம் இல்லாமல் வளர்ச்சி ஏது? பனை மரமானது பனை

விதையில் தோன்றும் என்றால் இப்போது அந்தப் பனை விதை எங்கே என்ற கேள்வி எழுகின்றது. அது முன்பு இருந்தது. இப்போது இல்லை என்ற விளக்கத்தைக் கொடுத்தால், ஒரு காலத்தில் அது இருந்தது இப்போது இல்லை என்ற நிலைப்பட்டிற்குத்தானே வரவேண்டும். அதைத்தானே சமணம் கூறும். எனவே இனி எப்பொருளையும் உண்டுமாம், இல்லையுமாம் எனக் கொள்வதே சரி” என்ற சமண நிலைப்பாட்டை முன்வைத்தாள்.

பராசரருக்கு அவளின் கேள்விகளில் உள்ள உண்மை புரிந்தது.

“உருவம் கொண்ட பொருளும், உருவமில்லாப் பொருளும் மற்றும் வெளியும் சேர்ந்து மூன்றாக அமைவதையே நீர் இருபத்தைந்து தத்துவங்களாக விளக்கினீர். இனி அவற்றைச் சற்று மாற்றி உருவில்லாத பொருளும், அலோகமும், அறிவுப்பொருளும், ஆகிய மூன்றையும் அடிப்படையாகக் கொண்டு அவற்றில் பிறவற்றைப் பொருத்துவாயாக. உலகப் பொருட்கள் ஒன்றாகக் கூடி உயிருடன் வினையுடன் கலந்திருப்பதைப் பிரகிருதி என்று கொள்வாயாக! அளவின்றி திரண்டு இருக்கும் அணுக்களை நான்கு பூதங்கள் எனக் கொள்வாயாக” என தத்துவ போதினியானாள் நீலகேசி.

பராசரர் தன் சாங்கிய நிலைப்பாட்டை மாற்றிக் கொள்ளும் நிலைக்குச் சென்றார்.

“இனி நீ உன் பரமாத்மனையும், அன்புடையாகிய நாங்கள் சொல்லும் சித்தபர மேட்டியாகக் கருதி வழிபாடு செய்யக் கடவாய். உண்மை, இன்மை இணைந்த இணைப்பே உலகின் அடிப்படை (சமணத்தின் அஸ்தி-நாஸ்தி தத்துவம்). அறிவு, பண்பு போன்றவற்றை உணர்வு அற்ற இயற்கையின் மீது சுமத்தாமல், உயிர்களின் இயல்புகள் என்று புரிந்து கொள்.” என போதித்தாள்.

“நின்னருளாலே யான் உண்மை அறிந்தேன். பொருட்களின் இயல்பு பற்றித் தெளிந்தேன்”. என்று பராசரர் நெகிழ்ந்தார்.

“பராசரரே! இவற்றை முற்பிறவியிலேயே நீ அறிந்தவன் ஆவாய என்பதையும் தெரிந்து கொள்! நீ இனியும் இருபத்தைந்து தத்துவங்கள் உள்ளன என்றும், இவை தவிர வேறு தத்துவங்கள் இல்லை என்றும் கொள்ளும் நிலைப்பாட்டினை விட்டொழித்து இறைவனாகிய அருகனின் திருவடிகளை வழிபாடு செய்து நீடூழி வாழ்வாயாக!” என்று வாழ்த்தி அவருக்கு நற்கதியாகிய அமிழ்தத்தை வழங்கினாள்.

12. வைசேடிகருடன் வாதம்

சாங்கியம் பேசிய பராசரனை வென்ற நீலகேசி வைசேடிக தத்துவத்தின் தலைவராக இருந்த லோகாஜிதர் எனபவரை அவரது இருப்பிடத்தில் சென்று சந்தித்தாள். வழக்கம் போல அவரும் தன்னுடைய வைசேடிக தத்துவத்தின் கூறுகளை விளக்கினார். வைசேடிக தத்துவம் இந்திய மெய்ப்பொருளியலில் முக்கிய பங்கு வகிக்கும் தத்துவக் கோட்பாடு ஆகும். மிகவும் நுணுக்கமாக அறிவியல் தன்மையோடு கட்டமைக்கப்பட்ட கோட்பாடாகும். அதை லோகாஜிதர் விளக்கலானார்.

நெறியெனப் படுவது நின்ற மெய்ம்மையங்
கறிதலுக் கரியன வாறு சொற்பொருள்
செறியயான் சொலிற் றிரப்பியங்
குணந்தொழில்
பொறியினாய் பொதுசிறப் புடன் புணர்ப்ப
தே   (நீலகேசி-785)

"எங்கள் வைசேடிகக் கோட்பாட்டின் படி தத்துவங்கள் ஆறு ஆகும். பருப்பொருள் (திரவியம்), பண்பு (குணம்), செயல் (கர்மம்), தொகை

(சாமன்யம்) வகை (விசேஷம்), கோப்பு (சமவாயம்) என்பனவே அவை.

அவற்றுள் பருப்பொருட்கள் (திரவியம்) என்பது ஒன்பதாகும். அவை மூலப்பொருட்களான பஞ்ச பூதங்களும், மற்றும் திசை, மனம், காலம், உயிர் ஆகியவையும் ஆகும். பண்பும், செயலும் பருப்பொருளைச் சார்ந்து நிற்பவை ஆகும். தொகை என்பதும் பெருந்தொகை, உள்ளுறைத் தொகை என இருவகைப்படும். பெருந்தொகை பொருளின் உண்மை அல்லது இருப்பை உணர்த்தும். உள்ளுறைத் தொகை பொருள்களின் பொதுப்பண்புகளைக் குறிக்கும். தொகை என்பது என்றும் நிலைத்து இருப்பது. பொருட்களின் ஒருமைப்பாட்டுக்கு உதவுவது. வகைதான் சிறப்புத் தன்மைகளைக் காட்டுவது. இதுதான் விசேஷம் எனப்படும். இது வேறுபாடுகளைக் காட்டுவதும் ஆகும். அடுத்து சமவாயம் எனப்படும் கோப்பு என்பது ஆகும். இது பொருட்களுடன் அவற்றிற்குரியப் பண்புகளையும், செயல்களையும் இணைப்பது ஆகும். இவற்றில் முதல் மூன்று பொருட்களான பருப்பொருள் (திரவியம்), பண்பு (குணம்), செயல் (கர்மம்) என்பவை மட்டும் தனி இருப்பு கொண்டவை. மற்றவை சார்பு நிலையைக் கொண்டவை" - என வைசேடிகத்தின் அடிப்படை தத்துவங்களை விளக்கிய லோகாஜிதர் நீலகேசியைப் பார்த்து, இவைதான் எங்கள் அடிப்படை தத்துவங்கள். இவை உன் அறிவிற்கு சரியானவையாகத் தோன்றவில்லையா? எனக் கேட்டார். அவர் பேச்சைக் கேட்டுக்கொண்டிருந்த நீலகேசி அவற்றை ஏற்க முடியாதவளாக, "ஐயா, நீங்கள் கூறிய இத்தத்துவங்களை மெய்மை எனக் கொண்டு நான் வைசேடிக நெறிப்படி தவம் மேற்கொண்டால் வீணாகத்தான் போவேன். அது பொய்த்தவமாகவே ஆகும்" என்றாள்.

"அப்படியா? இவற்றில் என்ன குறை கண்டாய் கூறு பார்க்கலாம்!" என கோபத்துடன் வினவினார் லோகாஜிதர்.

"பருப்பொருட்களான மூலப்பொருட்களை ஒன்பது என்று கூறினீர்கள். அவற்றுள், நீர், நிலம், காற்று, நெருப்பு ஆகிய முதல் நான்கு பொருட்களும் ஒரே இனத்தைச் சேர்ந்தவை என கொள்வதானால், அந்த நான்கும் தனித்தனியே பிரித்துத் தனிப்பொருட்களாக கொள்வது இயலாது. ஒரே வகையாகக் கொள்ள நேரிடும். இல்லை. அவை தனித்தனியானவை எனக் கொண்டால், மண்ணின் வகைகளும் பிரிக்கப்பட்டு அவையெல்லாம் தனிப் பொருட்களாகக் கொள்ள நேரிடும். நீர் மண்ணுடன் சேர்ந்து உப்பாக பரிணமிக்கும். நீரினில் பரிணமிக்கும்

நெய் தீயாய்ப் பரிணமிக்கும். தான் எரிக்கின்ற இயக்கத்தாலே காற்றாய் பரிணமிக்கும். இன்னும் நீர் கோர்த்து உருவாகும் மேகங்களிலிருந்து பெரிய தீயாகிய மின்னலும், இடியும் உருவாகின்றன". என எப்படி பஞ்ச பூதங்கள் ஒன்றோடு ஒன்று இணைந்தவை என விளக்கி அவற்றை ஒரே வகையாகக் காண தன் வாதத்திற்கு அடிக்கோலிட்டுத் தொடர்ந்தாள்.

"நீங்கள் திசை என்ற ஒரு பொருள் பற்றியும் கூறினீர்கள். திசையென்பது சூரியன் தோன்றல், மறைதல் என்பதின் காரணமாக நான்காக முதலில் பிரிக்கப்பட்டு, பின்னர் அதுவே எட்டு திக்குகளாகக் கணிக்கப்பட்டு, இன்னும் பல எனவும் மனிதர்களால் கொள்ளப்படுகின்றது. இத்திசைகள் சார்பு நிலை கொண்டவை. தனி நிலை உடையவை அல்ல. பல வகை திசைகள் என்று பேசினாலும், அவை வெளி எனும் பூதத்தினின்று உருவாக்கப்பட்டதே ஆகும். எனவே திசை என்பது தனிப்பொருளல்ல!" என்று வைசேடிகத்தின் மூலப் பொருளாகிய திசையை அது மூலப்பொருளாகக் கொள்ள இயலாது என மறுத்தாள் நீலகேசி.

மன்னுமம் மனமெனப் படுவ தாவதே
யின்னுயி ருருவினோ டியைந்த வொற்றுமை
யின்னுமக் காலமு மிருமைத் தாகலி
னின்னுடைப் பொழுதவ னிற்ற வில்லையே

(நீலகேசி-797)

"ஐயா! நீங்கள் மூலப்பொருட்களில் ஒன்றாகக் கூறிய மனம் என்பதும் மூலப் பொருளல்ல. அது உடலானது உயிருடன் கலப்பதாலே உருவாகின்றது. மேலும் தனிப் பொருளாக நீங்கள் கூறுகின்ற காலம் என்பதும் அப்படியே! அறிவுப் பொருட்களும், அறிவு அற்ற பொருட்களும் இயங்குவதாலேயே காலம் உருவாகின்றது. எனவே இயக்கமே காலத்தின் காரணம். அது தனிப் பொருளல்ல!" - எனத் தொடர்ந்து நீலகேசி பேசினாள்.

"மேலும் நீங்கள் பொருடகளின் பண்புகளையும், அதன் செயல்களையும் தனித் தனி தத்துவமாகச் சொல்லுகின்றீர்கள். அப்படிப் பிரிக்க முடியுமா? அப்படிப் பார்த்தால் பிணத்தை உயிராகக் காணமுடியுமா? உயிர்தானே உணர்தலையும், பேசுதலையும் செய்கின்றது. இவை இல்லாமல் பிணம் எப்படி செயல்படும். எனவே பொருளையும் பண்புகளையும் பிரிக்கவே முடியாது. இவற்றைப் பிரித்துப் பார்த்தால் இரண்டுமே

இயக்கமற்றவை ஆகிவிடுகின்றன. அறிவும், செயலும் உயிரின் பண்புகள். குணமும், குணியும் ஒன்றை விட்டொன்று நீங்காத் தொடர்பு கொண்டவை என்று விளக்கினாள் நீலகேசி.

இதை மறுத்த லோகாஜிதர், "பண்பும், அதுகொண்ட பொருளும் ஒன்று என நீ கூறுகின்றாய். அப்படியானல் பண்பு அழிந்தால் அது சார்ந்த பொருளும் அழியவேண்டுமல்லவா? பச்சோந்தியின் நிறங்களில் ஒன்று அழியும் போது, பச்சோந்தி அழிவதில்லையே. மனிதனிடம் இளமை போகும் போது, மனிதன் அழிவதில்லை. சுருண்டிருந்த பாம்பு ஊரத்தொடங்கினால், சுருளுரு நீங்கும். ஆனால் பாம்பு இருகின்றதல்லவா?" - என்று வாதிட்டார்.

"பண்பில்லாமால் ஒரு பொருள் இருக்க முடியாது. அப்படியிருக்குமாயின் அதை அறியவும் முடியாது. மேலும் ஒரு பொருள் தனிப் பொருள் என்று கருதினால், அதைப் பருப்பொருளிலிருந்து பிரிக்க முடியாது. பொருட்கள் நிலையானவை. ஆனால் அதன் தொடர்புடைய பண்புகள் மாறும் இயல்புடையவை. மாறும் பண்புகளால் உண்டாகும் பலன்கள் உள்ளன. மண்ணிலிருந்து வளையல் உருவாகும். மண்ணிலிருந்து பொன் உண்டாகும். இந்த விசேஷம் சிறிய வேறுபாடுகள் உண்டாவதால் ஏற்படும். பண்பும் செயலும் கோப்பினால் பொருளுடன் இணைவு உடையவை என்றீர்கள். அப்படியாயின் அந்த இணைவு ஏற்படுவதற்கு முன் அவற்றிற்குப் நிலை ஏது? அது உள்ள பொருளாக இருந்திருப்பின் பிற பொருள்களின் தொடர்பு இன்றி நிலை பெற்றிருக்க முடியுமா? அது இல்லாத பொருளாக இருப்பின் அது பற்றி பேசவே இயலாது. எனவே பொருட்களின் கூட்டாகத்தான் மெய்மை அமையும். இந்தக் கூட்டுத் தொகை பண்புகளின் பொதுத்தன்மையால் அமைவதாகும். தனித்தனியாய் பண்புகள் அறியப்படமுடியாதவை. அனால் நீங்கள் மூலப் பொருட்கள் வேறு அவற்றின் குணங்கள் வேறு என பிரித்துக் கூறுகின்றீர்கள். குணங்கள் இல்லாத பொருள் ஒன்றைக் குறிப்பிட்டு விளக்கவே முடியாது" என்றாள் நீலகேசி.

"அப்படியல்ல. பண்புகளில் வேறுபாடுகள் உள்ளன. இனிப்பு என்று எடுத்துக் கொண்டால் அதிகமாக இனிப்பு உள்ள இனிப்புப் பண்டங்களும் உண்டு. குறைவான இனிப்புக் கொண்ட பண்டங்களும் உண்டு. கூட்டாக உள்ளவற்றில் தொகையில் அவ்வாறு அறிய முடியாது" - என்றார் லோகாஜிதர்.

"அப்படியென்றாலும் கூட்டுப் பண்புகள் கொண்ட பொருளிலும், கூடுதல், குறைகள் உள்ளன. உதாரணமாக குதிரை

என்று எடுத்துக் கொண்டால் அவற்றினுள்ளும் வேறுபாடுகள் உள்ளன. ஆகவே தொகை எனப்படும் சமவாயத்திலும் பொதுவான பண்புகள் சிறப்புப் பண்புகள் என்ற வேறுபாடுகளைக் காணலாம். அவைதான் வகை என்பதை உண்டாக்குகின்றன. எல்லா பொருள்களும் எல்லா பண்புகளுடனும் சேர இடமளிக்கவேண்டும்". என்றாள் நீலகேசி.

“மூலப்பொருட்கள் என்பன ஒருமையானவை. தனியானவை. நிலையானவை. ஆனால் பண்புகள் பன்மை கொண்டவை. மாறக்கூடியவை. நிலையற்றவை. எனவே இரண்டும் ஒன்றாகவே சேர்ந்து இருக்கும் என்பது பொருத்தமற்றது. அப்படிப் பொருளும், பண்புகளும் ஒன்றானதாயின் அது நிலையில்லாமல் அழிந்து போகும்". - என்று பதில் கொடுத்தார் லோகாஜிதன்.

“பண்பைப் பொருள் என நான் கூறவில்லை. அது பொருளைச் சார்ந்தே உள்ளது. ஒன்றல்ல பல பண்புகள் ஒரு பொருளைச் சாரலாம். உதாரணமாக பால்கட்டி என்ற ஒரு பொருள் வெண்மையெனும் பண்பையும், இனிப்பு என்ற பண்பையும், திண்மை என்ற பண்பையும் ஒரு சேரப் பெறுகின்றது அல்லவா? சில நேரங்களில் ஒரு பண்பு மட்டும் பிரித்து அறியப்படும். எனவே பன்மைப் பண்புகளும், நிலையற்ற பண்புகளும் ஒரு நிலையான பொருளைச் சார்ந்து தான் அறியப்படமுடியும். குணத்தை மட்டும் நோக்கும் போது குணி எனப்படும் பொருள் அங்கிருப்பதில்லை. குணியை மட்டும் நோக்கும் போது, குணம் தெரிவதில்லை. எனவே ஒரே பொருளே கூட்டாக, தொகையாகக் கருதப்படும்போது சில பண்புகள் கருத்தில் முந்தும். வகைகளாகக் கருதப்படும்போது அவை மறைந்து வேறு கருத்துக்கள் முன்வரும். தென்னையை மரம் எனும் போது மரத்தின் பொதுப் பண்பும், தென்னை வகை என பார்க்கும் போது, கிளைகளற்றதாக, ஓலை, பாளை போன்ற சிறப்பு இயல்புகள் கொண்டதாகத் தோன்றும்” என விளக்கினாள் நீலகேசி. (சில விளக்கங்கள் பன்மொழிப்புலவர் க.அப்பாதுரையாரின் மொழி பெயர்ப்பு நூலிலிருந்து கையாளப்பட்டுள்ளன.)

நீலகேசியின் விளக்கங்கள் லோகாஜிதரை மனம் மாற வைத்தன. அத்தருணத்தில் நீலகேசி அவர்பால் அன்பு கொண்டு, அருளையே தலையாகக் கொண்ட சமண சமய அறநெறியைப் பின் பற்றி, அதன் இறைவனாகிய அருகனுடைய திருவடிகளைப் பற்றி மாணவர்களுக்குத் தெளிவான அறிவை புகட்டுவாயாக என்று கூறி அங்கிருந்து புறப்பட்டாள்.

13. வேத வாதியுடன் வாதம்

நீலகேசியின் இந்தப் பகுதி இன்று தீவிரமாக விவாதிக்கபடும் சனாதன தர்மத்தை பல நூற்றாண்டுகளுக்கு முன்பே கடுமையாக விமர்சனம் செய்கின்றது.

அடுத்ததாக நீலகேசி சந்தித்தவர் பூதிகன் என்ற அந்தணர். அவர் வேத ஆசிரியராவார். காகந்தி நகரில் இருந்த அவர் பல மாணவர்களுக்கு வேதம் பயிற்றுவித்து வந்தார். மாணவர்கள் சூழ்ந்திருக்கும் சூழலில் அவர்களுக்கிடையே வாதம் தொடங்கியது. இங்கே நீலகேசி ஆசிரியர் பிற இடங்களில் விவாதிக்காத சாதிப் பிரச்சினையை இங்கே குறிப்பிடுவது குறிப்பிடத் தக்கதாகும்.

உங்கள் சமயத்தின் கொள்கைகள் என்ன என நீலகேசி பூதிகரை வினவினாள். வயோதிகராக இருந்த பூதிகன், நீலகேசியைக் கண்டு ஆதியும் அந்தமும் இல்லா வேதங்களைப் பற்றியும், அவற்றுக்குப் பின் தோன்றிய அது சார்ந்த நூல்கள் பற்றியும் விளக்காலானார்.

என்னை யிங்குநும் பொருளென வினவலு மிவ்விருந்த
வன்னைதன் வரவிதே லாதியி லருமறை யதுமுதலாப்
பின்னைவந் தனகளு மிவையெனப் பையவே
பெயர்த்துரைத்தான் முன்னமங் கிருந்தவோர் முதுமக
னவைதன் முறைமையினே" *(நீலகேசி-825)*

வேதங்கள் எமக்கு முதன்மையான நூல். அவை காலத்தைக் கடந்தவை. அது அனாதியானது. வேதத்தை அடிப்படையாகக் கொண்டு பல வித உட்கிளைகள் உண்டாகின என்றும் இவை எல்லாமே வேதத்தை அடிப்படையாகக் கொண்டு விளங்குபவை என்றும் விளக்கினார் பூதிகர்.

"அப்படியாயின் மீமாம்சம் என்பது கடவுள் மறுப்புக் கொண்ட நாத்திகம் தானே! ஆனால் வேத மரபைப் பின்பற்றும் நீங்கள் பல கடவுளரை வணங்குகின்றீர்களே! உங்கள் வேதங்களின் ஒரு பகுதி நாத்திகம் அல்லவா? ஒவ்வொரு பகுதியும் ஒன்றோடு ஒன்று முரண்படவில்லையா?" அவள் தன் வேலையைத் தொடங்கினாள்.

இது பூதிகரை கோபம் கொள்ளவைத்தது.

"நாத்திகம் அல்லது சொல்லலை யாயின் முன் நான்
பயந்த சாத்திரமாவது வேதம் அன்றோஅதுதான் சுயம்பு

சூத்திரி நீயது வல்லைய லாமையின் சொல்லுகிலாப்
போத்தந்தி யோஅதன் தீமைஎன் றான் பொங்கிப்
பூதகனே". *(நீலகேசி-826)*

"நீ ஒரு சூத்திரச்சி! உனக்கு நாத்திகம்தான் தெரியும். வேறு எதுவும் பேச உனக்கு அறிவு இல்லை. எங்கள் வேதம் யாவராலும் போற்றப்படும் பொக்கிஷம். நீ கீழ் சாதிப் பெண்ணாகையால் அதைப் படிக்க உனக்கு அனுமதி இல்லாமல் போனது. எனவே உனக்கு வேதம் பற்றி எதுவும் தெரியாது. அதைப் பற்றி குற்றம் கூற உனக்குத் தகுதி இல்லை" - என்று படபடத்ததை மேற்காணும் பாடல் விளக்குகின்றது. இந்த வசைகள் சாதியப் பாகுபாடு தமிழகத்தில் அக்காலத்தில் கடைபிடிக்கப்பட்டது என்பதை மட்டுமல்ல, வேதங்களை சூத்திரர்கள் பயில்வதற்கான வாய்ப்பு மறுக்கப்பட்டதும் தெரிகின்றது. அது மட்டுமல்ல, இந்த சமூக பிரச்சினையை அப்போதே தம் நூலில் நூலாசிரியர் சுட்டுவதையும் கவனிக்கவேண்டும்.

இந்தத் தாக்குதலால் சற்றும் தளரவில்லை நீலகேசி.

"குற்றம் கூறுகின்றேன் பார். முடிந்தால் அக்குற்றங்களுக்கு நீர் பதில் கூறுக" - என்று உறுதியாக நின்றாள்.

"அப்படியா! நீ சரியான முறையில் குறைகளைக் கூறுவாயானால் நான் ஏற்கின்றேன்" - என்றுரைத்தார் பூதிகர்.

"உங்களின் வேதம் மனிதர்களால் செய்யப்பட்டது. பொய்கள் நிறைந்தது. தன்னைப் பயில்பவர்கள் பொருள் ஆசை கொள்வதைத் தடுக்காது. இதைப் பயில்பவர்கள் கூடாஒழுக்கம் கொள்ளவும் தடையில்லை. இவை இருளை ஒத்த மயக்கமும், தடுமாற்றமும் கொள்ளவைக்கும். அதன் விளைவாக கொலைகள் கூட செய்ய வைக்கும். உயிர்களை கொல்லுவதும் இங்கு ஏற்கப்படும். இப்படிப்பட்ட வேதத்தை தொடக்கமும், முடிவும் இல்லாதது என்று கூறுவது சரியல்ல"- என படபடத்த நீலகேசி மேலும் தொடரலானாள்.

"வேதத்தை யாரும் செய்யவில்லை. அது தானே உருவானது என்பது பொய். ஒருவன் ஒரு ஊரின் நடுவேயுள்ள ஒரு வீட்டினுள், ஒரு இரவில், மலம் கழித்துவிட்டு யாரும் அறியாதபடி போய்விட்டான் என்று வைத்துக் கொள்ளுங்கள். அதைத் தீவிர ஆராய்ச்சிக்குட்படுத்தியும் அதைக் கழித்தவன் யாரென்று தெரியவில்லை என்ற காரணத்தால் அம்மலம் சுயம்புவாக தோன்றியது என்று சொல்லுவது சரியா? அப்படித்தான் உங்கள் வேதமும் தாமே தோன்றியவை என்று சொல்லுவதும் ஆகும்".

நல்ல மருத்துவ ஆய்வாளர்கள் அந்த மலத்தை ஆராய்ந்தால் என்ன சொல்லமுடியும்? அதன் நிறம் மற்றும் பிற தன்மைகளைக் கொண்டு அது நோயை உண்டாக்க வல்லது, அல்லது அப்படி அல்லாதது என்றுதான் சொல்லமுடியும். அதை விட்டு, அதைக் கழித்தவன் மேல் சாதிக்காரனா அல்லது கீழ் சாதிக்காரனா என்பதை யாராலும் கண்டுபிடிக்க முடியாது. அப்படித்தான் வேதங்களின் தன்மையைப் பற்றி வேண்டுமானால் ஆராய முடியுமே தவிர, அதைச் செய்தவன் மேல் சாதிக்காரனா அல்லது கீழ்சாதிக்காரனா என்பதை அறியவே முடியாது" - என்று மேலும் தொடர்கின்றாள்.

"மனிதர்களால் எழுதப்பட்ட பிற நூல்களில் காணப்படும் அதே ஒலி கொண்ட எழுத்துக்களால்தான் உங்கள் வேதங்களும் படைக்கப்பட்டுள்ளன. அதில் உள்ள எழுத்துக்கள் மக்களால் பொதுவாகப் பயன்படுத்தப்படும் எழுத்துக்களே! இவை தவிர வேதங்களைச் செய்தவர்கள் பெயர்கள் அந்த வேதங்களிலேயே

கூறப்படுகின்றன. எனவே வேதங்கள் தாமே சுயம்புவாகத் தோன்றியவை அல்ல. மனிதர்களால் செய்யப்பட்டதே! இக்கால நூலாசிரியர்கள் எழுதுவது போலத்தான் வேதாந்தங்களும் எழுதப்பட்டுள்ளன. எனவே தொடக்கம் அறியப்படாததால் அது தொடக்கமற்றது ஆகாது" - என வாதிடத் தொடங்கினாள்.

"இது மட்டுமா, வேதங்கள் முரண்பாடுகளின் மூட்டை அல்லவா? ஒருபுறம் கொலை என்பது தீவினை என்று கூறும். மறுபுறம் செல்வம் சேர்க்க வேள்விகளில் உயிர்பலியை ஆதரிக்கும். வேள்விகளிலே ஏராளமான உயிரினங்கள் கொல்லப்படுகின்றன. காமம் தீமையானது. அதைக் கட்டுப்படுத்தி இல்லாமல் ஆக்க பல வழிகளை முன்மொழியும். அதே சமயம் காமத்தின் மூலம் எப்படி வீடு பேறு அடைவது என்பது பற்றியும் சொல்லும். பிற சமயத்தின் விற்பன்னர்கள் கூறுபவை எல்லாம் தீமையானவை, தவறானவை என்று முழங்கும். அதே சமயம் பிற மத சித்தாந்தங்கள் எல்லாம் எங்கள் வேதத்திலே உள்ளவைதான் என முரண்பட ஆர்ப்பரிக்கும். மொத்தத்தில் முரண்பாடுகள் நிறைய உடையவைதான் உங்களின் வேதங்கள்" - என நீலகேசி கூறினாள்.

இந்த நூலில் பிற சமயத் தலைவர்களின் விளக்கங்கள் யாதும் அவர்கள் முழுவதாக விளக்குவதாக அமைக்கப்படவில்லை. நீலகேசியே அந்தந்த சமயங்களுடைய தத்துவங்களை முன்வைத்து விமர்சனத்தைத் தருகின்றாள் என்பதையும் கவனிக்க வேண்டியுள்ளது.

"தவப்பயன் என்பது கீழ்சாதியினருக்குக் கிட்டாது என்று ஒரு புறம் சொல்லும். மறுபுறம் இப்பிறவி கர்ம வினைகள் மறு பிறவியில் இயங்கும் எனவும் முரணாகாவும் சொல்லும். பிரம்மனுடைய உடல் உறுப்புகளிலிருந்துதான் நான்கு வகுப்பினர்களும் தோன்றினர் என்றாலும் சூத்திரர் வேள்வி செய்வதற்குத் தகுதியற்றவர் என்று கூறுவதை அறிவுள்ளவர்கள் ஏற்பார்களா? தெளிவுள்ளவர்கள் இவற்றை அறிவின் மயக்க நிலை என்றே கொள்வார்கள். இப்படி முரண்பாடுகளும், மயக்க நிலை கொள்ள வைக்கும் தன்மையும் கொண்ட உங்கள் வேதங்கள் வாயிலாக மெய்பெருளை எப்படி அறிவது? எனவே அவை மெய் நூல் என்று கொள்ளமுடியாது. மேலும் இந்தப் பொய்ப் புனித நூல்களை ஓதிப் பொருள் சம்பாதிப்பவர்களும் உள்ளனரே! உங்கள் ஆட்களுக்கு இந்த ஊதியங்கள் இவ்வுலக வாழ்க்கைக்கு அவசியம். ஆகையால் அவர்கள் வேதங்களைக் காட்டி சம்பாதிப்பது உங்களால் கண்டிக்கப்படுவதும் இல்லை"-

அவள் குற்றச்சாட்டுகளை அடுக்கியவள் அடுத்த அஸ்திரத்தை எய்தாள்.

"கொல்வது தீதெனப் பொருவழி வேள்வியிற்
கொலப்படுவ
வெல்லையொன்றிலதென்ப லிணைவிழைச் சொழிகென்ப
வம்முகத்தாற் செல்கதி யுளதென்ப தீர்த்திக நெறியென்றுந்
தீயவென்று பல்லவர் துணிவுமெம் வேதத்தி னுளவெனப்
பயின்றுரைப்ப" - *(நீலகேசி-833)*

என்ற எடுத்துக்காட்டை வைத்து மேலும் தொடர்ந்தாள்.

"நீங்கள் பிற உயிரினங்களின் மீது கருணையற்றவராக இருக்கின்றீர்கள். பசுக்களையும், குதிரைகளையும், புலி, நாய் என கணக்கற்ற பிற உயிரினங்களை ருத்திரருக்கும், பிதுரருக்கும், இன்னும் பல தேவர்களுக்கும் படையலிடுவதாகச் சொல்லிக் கொல்லுகின்றீர்கள். அவற்றை நீங்களே தேவர்களின் பெயரை சொல்லித் தின்னவும் செய்கின்றீர்கள். ஆனால் வானத்து தேவர்களுக்கு ஊட்டுவது போலவும் நடிக்கின்றீர்கள். எனவே இந்தத் தீய செயலுக்குப் பொறுப்பு நீங்கள்தானே தவிர அந்தத் தேவர்கள் அல்ல. மேலும் அப்படி உயிரினங்களைத் தீயிலிட்டுப் பலி கொடுப்பதால் உங்களுக்கு அவை நற்பயனை அளிக்கும் வினையாகத்தான் இருக்கும் என்று சொன்னால், கொலை செய்யும் பிறருக்கும் அவரவர் செய்த கொலைகளின் வினைப்பயன்கள் அவரவர்களுக்குக் கிட்டும். கொல்வது தீவினைதானே தவிர நல்வினை என கொள்வது தவறு", என தான் சார்ந்துள்ள சமண சமயத்தின் உயிர் கொல்லாமையை வலியுறுத்தினாள்.

"நாம் செய்யும் நல்வினைப் பயன்கள் வானுலகத்தே வாழும் வானவர்களுக்கே சென்று சேரும் என்பது உங்கள் கொள்கை. இது அபத்தமானது. வீடு பேறு பெற்று மறைந்த சான்றோர்களை நினைந்து இங்கு நாம் செய்யும் நல்வினைகளின் பயன்கள், செய்பவருக்குக் கிட்டாமல், வீடுபேறு பெற்றுச் சென்றுவிட்டவர்களுக்கே சேரும் என்பது அர்த்த மற்றதாகும். எப்படி தேவர்களைத் தீவினை சேராதோ அப்படி பிறரால் கொல்லப்பட்ட ஊனைத்தின்பவனுக்கும் அதைக்கொன்ற பாவம் அணுகாது. மாறாக கொன்றவனுக்கே அது சேரும் என்பதும் ஏற்புடையது அல்ல. உண்பவனுக்காகத்தான் உயிர்க்கொலை நடக்கின்றது. ஆகையால் அதை உண்பவனுக்கும் பாவத்தில் பெரும்பங்கு உண்டு. ஒருவேளை நீங்கள் கொன்று படைக்கும்

மாமிசத்தை தேவர்கள் உண்டால் அவர்களுக்கும் அத்தீவினை உண்டு. தேவர்களுக்குப் படைப்பதற்காக உயிரினங்களைக் கொல்வதைத் தடுக்க இயலாத தேவர்கள் எப்படி புனிதர்களாவார்கள்? மாமிசத்தோடு சோற்றையும் கலந்து உண்ணும் வயிறு படைத்த அற்பப் பிறவிகளா அவர்கள்/." - என ஆணித்தரமாக கேட்டாள்.

ஈகளு நாய்களுங் கொன்ற வரீவகண் டின்புறலிற்
றீயவை யேசெய்யுந் தேவரத் தீவினை தீர்க்கிற்பவோ
நோய்களும் பேய்களு மொழிக்குவ மெனினவை
நுங்களுக்கு மாய்விடி னுணரினஃ தாம்வினையகற்றுதற்
கரியதென்றாள் ***(நீலகேசி-842)***

தேவர்கள் ஈக்களையும், நாய்களையும், பிற உயிர்களையும் கொன்று அவற்றின் இறைச்சியை உண்டு இன்புற்றால் அவர்களும் தீவினையாளரே. இனி நீங்கள் அவரை வழிபட்டுப் பிணைகளையும், பேய்களையும் அகற்றிக் கொள்வோம் என்றால் அதன் ஊழ்வினைப் பயன் உமக்கே என்று அறிக என்றும் கூறினாள்.

"இத்தீவினையில் பங்கு பெறும் அத்தேவர்கள், தெய்வங்கள் எப்படித் தங்களை வழிபடுவோரின் துயர் தீர்க்க முடியும் வழிபடுவோரின் தீவினைகளை நீக்க இயலும்.? வேத விற்பன்னராகிய பலருக்கு ஏன் நோய்கள் வருகின்றன? ஏன் அவர்கள் தங்கள் நோய்களைத் தெய்வங்களிடம் வேண்டுதலின் மூலம் தீர்த்துக் கொள்ள முடிவதில்லை? காரணம் அவையனைத்தும் ஊழ்வினையின் பலனாக வருபவை. அவற்றைப் போக்குதல் அரிது என்பதை உணர்வீராக! மேலும் நமக்கு வரும் துன்பங்களையே நம்மால் தீர்த்துக் கொள்ள முடியாதநிலையில் பிற மனிதரின் துன்பங்களைத் தீர்ப்பது என்பது கடினமான காரியம்தான். இதில் தேவர்கள் அல்லது தெய்வங்கள்கூட அவரவர் வினைப்பயனை அவரவர்களால் தீர்த்துக் கொள்ள இயலாது. எனவே தங்கள் துன்பங்களையே தீர்த்துக் கொள்ள இயலாத தேவர்கள் நம் துன்பங்களைத் தீர்த்து வைப்பார்கள் எனக் கருதுவது அறியாமையே"- என விளக்கினாள். சமணத்தில் ஊழ்வினை என்பது அடிப்படையானத் தத்துவம் ஆகும். அதை அவள் இங்கு நிலைநாட்டுகின்றாள்.

நீலகேசியின் கேள்விகள் வேதங்களின் மூல தத்துவங்கள் மீது எழுப்படாமல், வேதநெறிவழி வாழ்வில் கடைபிடிக்கப்படும்

வாழ்க்கை முறைகள் மீதான விமர்சனங்களாக இருந்ததைக் கவனிக்க வேண்டும். அவள் மூலம் நீலகேசியின் ஆசிரியர் அந்த விவாதத்தை மேற்கொள்ளாமைக்கு என்ன காரணங்கள் இருக்கக்கூடும் என்று தெரியவில்லை. நீலகேசியின் ஓலைச்சுவடிகள் தொகுப்பில் 845 ஆம் செய்யுள் முதல் 851 ஆம் செய்யுள் வரை ஏழு செய்யுள்கள் காணப்படவில்லை என்கின்றனர். ஒருவேளை அச்செய்யுள்களில் வேத தத்துவங்கள் மீதான நீலகேசியின் தத்துவங்கள் முன்வைக்கப்பட்டிருக்கலாம். சமணம் தன்னுடைய பன்மியக் கோட்பாடான அனேகாந்த வாதம் மூலம் வேதத்தின் ஒரே பேருண்மை எனும் பிரம்மக் கோட்பாட்டை மறுகின்றது. அதற்கான பல விளக்கங்களும் தரப்பட்டே உள்ளன. எனவே நீலகேசியின் ஆசிரியர் இங்கு கொல்லாமை என்பதையும், சாதியப் பாகுபாடு ஒழிக்கப்படவேண்டும் என்ற சமூக நீதிக் கருத்தையுமே வலியுறுத்தும் வகையில் நீலகேசியின் விவாதத்தை முன்வைக்கின்றார் எனக் கருதலாம். நீலகேசியின் மூலம் பேசப்படும் இந்த விமரிசனங்கள் இன்றளவும் பேசுபொருளாக, விவாதப்பொருளாக இருப்பதற்குக் காரணம் சமூக அமைப்பு வர்ண தர்மத்தைக் கட்டிக் காத்து வருவதே ஆகும்.

நீல கேசியின் விளக்கங்களையும், கேள்விகளையும் கேட்ட பூதிகர் ஒரு புறம் அதிர்ந்து உட்கார்ந்து இருக்க, மறு புறம் சூழ்ந்திருந்த அவரது மாணவர்கள் அவரிடம் பேசத் தொடங்கினார்கள்.

“ஐயா! இது வரை நாங்கள் பயின்று வந்த வேதமொழிகள் எல்லாம் பொய்யுரைகள் என எங்களுக்குப் புரிந்துவிட்டது. இந்த வேதங்களால் மனிதருக்கு நன்மையுண்டாகாது. தீமைகள் உண்டாகும் என்பதும் புரிகின்றது. உங்கள் கருத்து என்ன என்பதை உண்மையாகச் சொல்லுங்கள்”- என குருநாதர் பூதிகரைக் கேட்டனர்.

“ஆம் நீங்கள் சொல்வது சரிதான். நீலகேசியின் கருத்துக்கள் விளக்கங்கள் ஏற்புடையவை என நான் கருதுகின்றேன்” - என நேர்மையாகத் தன் தோல்வியை ஒப்புக் கொண்டார் பூதிகன். அவர்தம் தோல்வியை அவையில் நேர்மையாக ஒத்துக் கொண்டதை அங்கிருந்தவர்கள் பாராட்டினார்கள்.

பிறகு நீலகேசி அனைவரும் விளங்கிக் கொள்ளும்படி சமணத்தை விளக்கி விடைபெற, அனைவரும் அவளை மரியாதையுடன் உடன்சென்று வழி அனுப்பி வைத்தனர்.

14. பூதவாதம் எதிர்கொள்ளுதல்

வேதவாதியுடன் தன் விவாதத்தை வெற்றிகரமாக முடித்துக் கொண்ட நீலகேசி அடுத்து பூதவாதியைச் சந்தித்தாள். பூத வாதிகள் என்பவர்கள் உலகம், வாழ்க்கை எல்லாம் ஐம்பூதங்களின் சேர்க்கை மற்றும் இயக்கத்தினால் மட்டுமே நடைபெறுகின்றது. கடவுள் என்ற ஒருவர் இல்லவே இல்லை என்ற நிலைப்பாட்டைக் கொண்டவராவார்கள். அப்பகுதியில் வாழ்ந்த பிசாசகன் எனும் பூதவாதி எப்போதும் பிற சமயங்களின்மீது சினம் கொண்டவராய் பிற மதவாதிகளை விவாதங்களுக்கு அழைத்து சொற்போர் புரிந்து வந்தவர் ஆவார். அவரிடம் சென்று நீ கண்ட தத்துவங்களை விளக்குக என நீலகேசி கேட்டாள். அப்பகுதியின் வலிமை மிக்க அரசனாகிய மதன சித்தன் என்பவனின் அவையில் தன் விவாதத்தை அவன் தொடங்கியதாக நீலகேசி ஆசிரியர் விளக்குகின்றார்.

ஐந்துங் கூடிய றிவின்ப மாதியாய்
வந்து தோன்றி மதுமயக் காற்றலி
னந்தி நாளுங் குடஞ்சுடர் நாட்டம்போற்
சிந்தி னாலவை சென்றினஞ் சேருமே *(நீலகேசி-858)*

ஐம்புதங்களும் கூடி மா முதலிய ஐந்து பொருட்களைக் கூட்டிச் சமைத்த கள்ளில் மயங்கும் ஆற்றல் தானே தோன்றியவாறு இன்பமும் தோன்றி வளர்ந்து பூதங்கள் பிரிந்தால் குடமும் விளக்கும் அழிவது போல பொறி அழிந்து பூதங்களுடன் சேரும் என்றார் பிசாசகன்.

"பொருள் வேறு, அதன் பண்புகள் வேறு என்று நாங்கள் பிரித்துப் பார்ப்பதில்லை. எல்லாவற்றிறுகும் அடிப்படை நீர், நிலம், காற்று, தீ, வெளி எனும் ஐந்து பூதங்களே! இவற்றிலிருந்துதான் ஐம்புலன்களாகிய கண்கள், மூக்கு, நாக்கு, உடல், காதுகள் ஆகிய பொறிகள் தோன்றுகின்றன. இவற்றிலிருந்துதான் ஒளி, மணம், சுவை, தொடு உணர்வு, நிறம் ஆகிய புலனுணர்வுகள் உண்டாகின்றன. மயக்கம் தரும் மது என்பது எப்படி கூட்டுப் பொருள்களின் விளைவாக உண்டாகின்றதோ அதைப் போன்று ஐம்பூதங்களின் சேர்க்கையால்தான் மனிதருக்கு அறிவும், இன்பம் முதலான உணர்ச்சிகளும் தோன்றுகின்றன. அந்தப் பஞ்ச பூதங்கள் பிரிந்துவிட்டால் குடமும், விளக்கும் பிரிந்தழிவதைப் போல பொறிகள் அழிந்து தத்தம் பூத இனங்களுடன் போய்ச் சேரும்". என்றார் அவர். இந்த நிலைப்பாடே சாருவாகம் எனப் படும். இதன்படி இறப்பு என்பதும், உடல் என்பதும் உயிர் என்பதும் மூலப் பொருட்களின் சேர்க்கையால் உருவாகின்றவை. இறப்பு என்பது இந்த மூலப் பொருட்கள் பிரிவதால் நடை பெறுவது. இறப்பிற்குப் பின் உடலின் அணுக்கள் அந்தந்த மூலங்களுடன் இணைகின்றன. ஆன்மா என்பதெல்லாம் இல்லை என்பதே இவர்களின் நிலைப்பாடு. இதைத்தான் பிசாசகன் விளக்குகின்றான்.

"உயிர் என்ற ஒன்று இல்லவே இல்லை. உலகம் ஐம்பொருட்களின் கூட்டுத் தொகையே ஆகும். சொல் வன்மை கொண்ட சிலர் தங்களின் குழப்பமான கற்பனையால் உருவாக்கப்பட்ட உயிர் என்பது இல்லை. இவர்கள் சொல்லும் விளக்கங்களை மெய் என்று நம்பி காலம் காலமாக வாழும் அறிவற்றவர் கூட்டம் இங்குண்டு. இப்படி விளக்கம் கொடுக்கும் அறிவாளிகளுக்கு இவற்றால் பெரிய இலாபம் இல்லை என்றாலும், புத்தி மிக்க புலவர் என்று புகழப்படுவதே இவர்களுக்குப் பயனாகும். பெண்ணே! பிறப்பும், இருப்பும், இறப்பும் எக்காலத்திலும் தவிர்க்க

இயலாத நிகழ்வுகளாகும். இவை ஐம்பூதங்களின் கூட்டியக்கத்தால் நிகழக்கூடியவை. ஆனால் இவற்றுக்கு வேறு விதமான விளக்கங்களைக் கொடுப்பவர்கள் அறிவற்றவர்களே! ". என தன் கருத்தை பிசாசகன் முன்மொழிந்தான்.

கயல் மீன் போன்ற கண்களை உடைய நீலகேசி முதலில் அந்த சபையில் இருந்த அனைவரும் கேட்கும் வண்ணம் பிசாசகன் சொன்ன நிலைப்பாட்டு விளக்கங்களை சுருக்கமாகக் கூறி பிறகு அதன் மீது தன் வாதத்தைத் தொடங்கினாள்.

"நீங்கள் கண்டறிந்ததாக விளக்கிய மேற்கூறியத் தத்துவ உண்மைகளை எப்படி அறிந்து கொண்டீர்? இருள் சேர் இருவினையை நீக்கி மெய்யறிவை விளக்கும் ஞானிகள் யாரும் உமக்கு குருவாக, பூதவாதத்தின் தலைவராக இருப்பதாகத் தெரியவில்லை. அவரின் விளக்கங்களாக எதுவும் இல்லை. உங்கள் பூதவாதத்தின் முதல் நூல் என்று சொல்லப்படும் நூல்களும் இல்லை. சமய வாதம் எனும் போது அதற்குரிய அறிவில் செழுமை கொண்ட நல்லாசிரியர் ஒருவர் ஸ்தாபகராக இருத்தல் வேண்டும். அப்படி இல்லாத விளக்கங்கள் ஆதாரப்பூர்வமற்றவையாகும். எனவே உன் விளக்கங்கள் பொய்யானவையே!". எனத் தொடங்கினாள்.

ஒன்றொன் றாக வுணர்ச்சி முறைமையாற்
சென்று பூதங்கள் சேர்வதற் கேதுவென்
குன்றித் தத்தமுள் யாவையுங் கூடுமே
னின்ற மெய்ம்மை நினதென நேர்வல்யான்

(நீலகேசி-878)

ஐந்து பூதங்களும் அறிவு முறையால் ஒன்று முதல் ஐந்து வரை கூடுவதற்குக் காரணம் என்ன? எந்த பூதத்துடனும் வேறு பூதம் கூடும் என்றால் உன்னுடைய மேற்கோள் நிலையான மேற்கொள் என்று நான் ஏற்பேன் என்றவள் தொடர்ந்தாள்.

"நீ கூறும் விளக்கங்கள் சரியென்றால் மற்ற சமயங்கள் கூறும் விளக்கங்கள் அனைத்தும் பொய்யெனக் கொள்ள நேரிடும். அப்படி அவர்களின் தத்துவங்களை நீங்கள் மறுப்பதினால் என்ன பயன் விளையும்? இறைவனும் இல்லை. நல் அறக் கோட்பாடுகளும் இல்லை, நல் வினைகளும் இல்லை என நீ மறுப்பாயானால் உங்கள் பூத வாதத்தால் உலகிற்கு எந்தப் பயனும் இல்லை"- என்றாள். பொதுவாக இந்திய தத்துவ மரபில் சாருவாகர்கள் மீது சுமத்தப்படும் குற்றச்சாட்டாகும் இது. இறைவன் இல்லை எனில் அறக்கோட்பாடுகளும் இருக்காது. அவரவர் இஷ்டப்படி வாழ்ந்து

சமூகம் சீர்கெட்டுத்தான் போகும் என்ற விளக்கம் இன்றளவும் பேசப்படுகின்றது. ஆனால் சாருவாகர்களின் நூல்கள் கிடைக்கப் பெறாமல் வேதவாதிகளால் அழிக்கப்பட்டு விட்டன என்பதும் வரலாற்றுச் செய்தியாகும். எனவே நம்மால் சாருவாகத்தின் முழுமையான தத்துவ விளக்கங்களைப் பெற முடியவில்லை. எனினும் இம்மாதிரி நூல்களில் இடம்பெறும் விவாதங்களில் மேற்கோளிட்டுக் காட்டப்படும் தரவுகளைக் கொண்டே சாருவாகத்தைப் புரிந்து கொள்ள முயல்கின்றோம். இறைவனற்ற நல்லறம் உலகில் இருக்க முடியும் என்ற நிலைப்பாட்டையே அவர்கள் வலியுறுத்தியிருக்கின்றனர் என்றும் தேவிப் பிரசாத் சட்டோபாத்தியாய போன்ற தத்துவ அறிஞர்கள் கூறுகின்றனர்.

"அறிவு என்பது உருவமுடையதா? அறிவும் உயிரும் மூலப்பொருட்களின் சேர்க்கையால் உண்டாகின்றன என்றும் சொல்லுகின்றாய். பூதங்களின் சேர்க்கையால் இவை தோன்றும் என்பதற்கு என்ன ஆதாரம்? ஒரு தோல் பையில் வைக்கோலையும், மண்ணையும், மயிரையும், மலத்தையும் நிரப்பி வைத்தால் அவற்றின் கூட்டுப் பொருளாக ஒரு பாவை தோன்றமுடியுமா? அப்படித்தான் ஐம்பூதங்களும் கூடி அறிவையும், இன்பத்தையும் தோற்றுவிக்கும் என்பதும். இவை பொருந்தாத பொய்யான விளக்கங்கள் ஆகும். இதை ஆராயவும் வேண்டுமா? சரி அது ஒரு புறம் இருக்கட்டும். உங்கள் பூதங்களில் களவுக் கென்று ஒரு பூதம், காமத்திற்கென ஒரு பூதம், வள்ளல் தன்மைக்கொரு பூதம் என பூதங்கள் இருக்கமுடியுமா? ஆனால் மனிதரிடம் இம்மாதிரி குணங்கள் உள்ளன. எனவே மனிதரிடம் ஏற்படும் தீய செயல்கள், மற்றும் மேற்கூறியவை எதனால் தோற்றுவிக்கப்படுகின்றன? அவற்றுக்கென தனி பூதங்கள் உள்ளனவா?" - என வினவினாள்.

அவள் தொடர்ந்தாள்,

"மனிதரின் ஐம்பொறிகளும், அவற்றால் உண்டாகும் உணர்வுகளும் ஐம்பூதங்களால் உண்டாகின்றவை என்கிறீர்கள். அப்படி என்றால் இந்த ஐந்து புலனறிவுகள் தனித்தனியாக பிறந்தவையா, இல்லை ஒவ்வொரு பொறியினும் கூடிப் பிறந்தவையா? இல்லை என்றால் பொறிகளுக்கு அப்பாற்பட்டு வேறு ஒன்றால் இந்த ஐந்தறிவும் பிறந்தவையா? ஐந்து பூதங்களும் ஐந்து அறிவைப் பிறப்பிக்கும் என்று சொன்னால், ஆறாவது அறிவுக் கருவியாகிய மனதைப் பிறப்பிக்கும் பூதம் எது? அதை யோசித்தோ அல்லது கண்டுபிடித்தோ விளக்குக" எனத் தாக்கினாள். இதில் ஆசிரியரின் நோக்கம் ஐந்து மூலப் பொருட்கள்

மட்டுமே மனிதனின் குணம், உயிர் போன்றவற்றை உருவாக்க முடியாது என்பதை விளக்குவதே ஆகும். அதே சமயத்தில் சமணம் பேரான்மா என்ற ஒற்றை ஆன்ம நிலைப்பாட்டையும் ஏற்பதில்லை. மாறாக பல ஆன்மாக்கள் உள்ளன எனும் அனேகாந்த கோட்பாடே அவர்களுடையது.

துன்பந் தூய்மையுந் துட்கென வுட்கலும்
அன்பு மானமு மாயமு மாண்மையு
மின்பு மென்றிவை யாக்கிய தீதென
முன்பு நின்று முறுக்கவும் வல்லையோ

(நீலகேசி-884)

துன்புறுத்துவதும், தூய்மை அற்றதும் அஞ்சுதலும், அன்பின்மையும், மானமுடைமையும், பொய்மையும், ஆண்மைத் தன்மையும், இன்பம் எய்து வரும் என்ற பண்புகளை உண்டாக்குவது எந்த பூதம் என்று எனக்கு அறிவுறுத்த உன்னால் இயலுமா? என்றவள் தொடர்ந்தாள். மனித உணர்வுகளுக்கு ஏது பூதம்? நுகர்தலை மனிதர் மீண்டும் மீண்டும் செய்வதற்கு எந்த பூதம் துணை? குழந்தைகளும், விலங்குக் குட்டிகளும் பசியுணர்ந்து தன் தாயிடம் பல் குடிப்பது பூதங்களினாலா? ஒருவேளை அப்பூதங்கள் தூங்கிவிட்டன என்றால் இச்செயல்கள் நடைபெறாமல் போகுமா? உடலெடுத்து வாழும் உயிரினங்கள் உயிரற்ற ஜடப்பொருட்களாகிய பூதங்களால் உண்டாக்கப்பட்டவையா? பன்றிகளும், நாய்களும் பல குட்டிகளை ஈன்று வாழ பூதங்களா காரணம்? அவற்றின் பிறப்பிற்கு வித்தாக அமைவது பழ வினையே ஆகும். வினைப் பயனின் மூலமே பிறப்புகள் நடக்கின்றன". அவள் மேலும் தொடர்கிறாள்.

"பல அறிவு உயிர்கள் உள்ளன. இவற்றுள் இரண்டறிவு உயிர் போன்ற சிற்றினங்கள் உண்டாக ஐந்து பூதங்களும் இணையத் தேவையில்ல என்று கூறுவதாயின், அது சரியான விளக்கம்தானா? மேலும் நீர் வாழ் பிராணிகளான சங்கும், ஊர் மச்சி எனப்படும் மீன் போன்ற இரண்டறிவு உயிரினங்களின் உடலில் நீரும், காற்றும் உள்ளன. நிலம் என்பது இருப்பதில்லை. அதனால் அவற்றிற்கு மூக்கும் இல்லை. சில உயிரினங்களுக்குச் சில புலன்கள் இருப்பதில்லை. இவற்றை எப்படி பூதத் தத்துவம் விளக்கும்? எவ்வாறு இப்பூதங்கள் ஒன்று கூடுகின்றன? இவை கூடுவதற்குக் காரணம் என்ன? எதோ பூதங்களால்தான் மூக்கு முதலிய பொறிகள் உண்டாகின்றன என்பதும் தவறு. மேலும் அவற்றினால்தான் மணம் முதலிய உணர்வுகளும் பிறக்கும் என்பதும் அபத்தமானது. இவற்றைத் தவிர தனியாக உயிர்

என்பது உண்டு. அதுவே இவற்றிற்குக் காரணமாகும். அந்த உயிர் என்பது உடல் தோன்றுவதற்கு முன்பே இருக்கின்றது. அதுவே உண்மை. துன்பம், மனத்தூய்மை, அச்சம், அன்பு, மானம், பொய்மை, ஆண்மை, இன்பம் ஆகிய பண்புகளையெல்லாம் பூதங்களா உருவாக்குகின்றன? இது மட்டுமா, கனவு காணுதலும், சூழ்ச்சி செய்தலும், ஆராய்தலும், சோதிடம் கேட்டலும், சோதிடம் அறிந்து கூறுதலும், பறவையின் ஒலி கேட்டு நிமித்தம் கூறுதலும், போன்றவையெல்லாம் எவற்றின் செயல்கள்? நின்னுடைய பூதங்களின் செயல்களா?" சொல்லு... என்றவள், மேலும் தொடர்ந்தாள்.

வைத்த வத்து மறுபிறப் பிற்றமர்க்
குய்த்துக் காட்டுத லேலுல கொட்டுமா
லெத்தி றத்தினு மில்லுயு ரென்றிநீ
செத்து வம்மெய்திற் சில்லைமை செய்பவால்

(நீலகேசி-886)

"ஒருவர் முற்பிறவியில் தான் புதைத்த ஒரு பொருளை மறு பிறவியில் தன் சுற்றத்தாரை அப்பொருள் புதைக்கப்பட்ட இடத்திற்கு அழைத்துச் சென்று காட்டுகின்ற நிகழ்ச்சிகளை உலகத்தார் அறிவார்கள். நீயோ உயிர் என்று ஒரு பொருளில்லை என்கின்றாய். உலகத்தார் பேய் இருக்கின்றது என்பதையும், மறு பிறவி உள்ளது என்று கூறுவதை நீ மறுக்கின்றாய். இவ்வாறு கூறுகின்ற உன் நாக்கை அறுத்துவிடுவேன். ஆனால் அதனால் பலன் ஏதும் இருக்கப்போவதில்லை. மந்திரங்கள் மூலம் நான் பேயை வரவழைத்து கண்கூடாகக் காட்டினால் எங்கள் சமய அறங்களை மேற்கொள்ள இசைவாயா?" எனச் சீற்றத்துடன் கேட்டாள்.

ஆனால் பிசாசகன் இதற்கு இசையாமல் புலனறியப்படாத ஒரு பொய்யை நான் எப்படி நம்புவது என்பது போல அலட்சியமாக நின்றான். அதைக் கேட்ட நீலகேசி வெகுண்டெழுந்தாள்.

இத்தருணத்தில் நீலகேசி இனி தர்க்கத்தினால் பிசாசகனை ஒப்புக்கொள்ள வைக்க முடியாது என்பதை உணர்ந்தாள். எனவே அவள் தன்னுடைய பேயுருவை அவனுக்குக் காட்டி அதன் மூலம் ஆவி என்ற மூலப் பொருளற்ற நிலை உண்டெனை அவனுக்கு உணர்த்த நினைத்தாள். எனவே, "உணர்வற்றவனே! இதோ காண்பாயாக!" எனக் கூறி தன் விரலை எதிரே நீட்டினாள். அங்கே பார் எனச் சொல்லி அச்சமயம் தன் உருவத்தில் சிறு

மாற்றத்தை மட்டும் மேற்கொண்டாள். முழுமையானப் பேயுருவத்தைக் கண்டால் பிசாசகன் அதிர்ச்சியில் இறந்து போவான் என்பதை அறிந்திருந்தாள் அவள். எனவே தன் வாயை மட்டும் திறந்து இரண்டு வளைந்த கோரப் பற்களை மட்டும் அவனுக்குத் தோன்றும்படிச் செய்தாள். அவ்வளவுதான். அதுகாறும் ஆணவமாக விவாதம் செய்து வந்த பிசாசகன் அச்சத்தால் கண்களை கையால் மறைத்துக்கொண்டு கீழே சரிந்தான். ஆனால் நீலகேசியோ அவன் மீது கனிவு கொண்டு அவன் அச்சத்தைப் போக்கும் பல வார்த்தைகளைப் பேசினாள்.

பின்னர் “அச்சப்படாதே, பேயும் உன்னோடு நட்புரிமை கொள்ளக் கூடியதே என்று அறிந்துகொள் என கூறுகின்றள். இந்தப் பேய் மகள் உன் தாய் போன்றவள். அவளைக் கண்டுவிட்ட உனக்கு சாவு என்பது இல்லை” எனக் கூறினாள்.

“உன் பெயரே பிசாசகன் ஆனதால் என் குலத்தவனே! பேய்கட்கு மகனே ஆவாய் நீ. இருக்கட்டும். குற்றம் குறை இல்லாத எங்கள் சமயத்தின் அறத்தை நீ பின்பற்றி வாழ்வதாக இருப்பின் எனக்கு நெருங்கிய சுற்றத்தானும் ஆவாய். ஆகையால் என்ன சொல்கின்றாய்?” என கேட்டாள்.

“எல்லாம் எனக்குப் புரியவைத்தாய். பிறப்பும் அதை விடுத்த பேய் என்ற உயிரும், தனித்தனியானவை என்பதை உணரவைத்தாய். நல் வினை, தீவினை என்பவற்றின் பலன்களையும் அறியவைத்தாய். உன்னால் நான் தெளிவுற்றேன். உன் சமயக் கோட்பாட்டின் வழி இனி நிற்பேன். உன் சமய அறத்தை பின்பற்றி மனதில் அமைதி கொள்வேன். எனக்கு போதித்து நல் அறிவு புகட்டிய உன்னை இனி மறவேன்”- எனச் சொல்லி அவன் மனமும், சமயமும் மாறுகின்றான்.

இதைக் கண்டும் கேட்டும் அங்கிருந்த அரசவையினர் நீலகேசியின் பெருமை அறிந்து, அறிவுச் சிறப்பினை உணர்ந்து, வியப்பு கொண்டனர். அவளின் ஆராய்ந்தறிந்த அறக்கேள்விகளையும் அவள் அளித்த பதில்களையும் கொண்டு அவள் ஒரு மெய் சமயத் தலைவி என பாராட்டினர்.

இப்படிப்பட்ட நிகழ்வோடு நீலக்கேசியை முடிக்கின்றார் அதன் நூலாசிரியர். இந்த நூலில் உள்ள பல அம்சங்கள் நமக்கு நுணுக்கமான உண்மைகளை விளக்குகின்றன. இதில் நீலகேசி எனும் பாத்திரம் பேயாக அதுவும் பெண் பேயாக உருவாக்கப்பட்டுள்ளது கவனிக்கப்படவேண்டிய விஷயமாகும். ஒரு பெண் தத்துவ ஞானியைத் தமிழர் மெய்யியல் பரப்பில்

ஆசிரியர் உருவாக்கியுள்ளார் என்பது சிறப்பான ஒரு விஷயமாகும். அவள் தேவதையாகவோ, ஒரு பெண் தெய்வமாகவோ உருவாக்கப்படாமல் பேயாக சித்தரிக்கப்பட்டுள்ளாள். இங்கே தெய்வம் என்று அவளை உருவாக்கிவிட்டால் இதைப் படிப்பவர்கள் அவளுக்குப் புனிதத் தன்மையை ஏற்றி அதனால் அவள் பேசும் விஷயங்களை மதிக்கத் தொடங்குவார்கள் என்பதைத் தவிர்க்கவும், தர்க்கம் என்பதை அடிப்படையாகக் கொண்டு அவள் தொடுக்கும் விவாதங்களை வாசகர்களும் தர்க்க அளவிலேயே அறியவேண்டும் என்பதும் இங்கு முக்கிய நோக்கங்களாகப் படுகின்றது. ஆனாலும் இறுதியில் அவள் தன் தோற்றத்தின் சிறு பகுதியை மட்டும் காட்டி, ஆன்ம உலகம் உண்டெனக் காட்டுவதின் பொருள், அறிவுக்கும் அப்பாற்பட்டு அனுபவ நிலை வேண்டுமென்பதாகும். இந்த இடத்தில் தெய்வமாகக் காட்சியளித்து பிசாசகனுக்கு ஞானம் அளிப்பதாக நூலாசிரியர் எழுதியிருக்கலாம். ஆனால் அவர் அம்மாதிரியான ஆத்திக மரபு சார்ந்த காட்சியமைப்பை உடைக்க விரும்பியிருக்க வேண்டும். எனவேதான் பேயைக் கொண்டு அறிவார்ந்த விவாதங்களையும், ஞானத்தையும் விளக்குகின்றார். இந்த நூலில் சமண சமயத்தின் கோட்பாடுகள் திணிக்கப்படவில்லை, மாறாக அறிவுக் கோட்பாட்டின் படி விளக்கப்பட்டு அதை ஏற்கவைக்க முயலப்படுகின்றது. வினைக் கோட்பாடு பேசும் இந்த நூல்,அதைச் செயல்படுத்தும் ஒரு கடவுள் உலகம் பற்றி பேசுவதில்லை. ஏன் கடவுள் என்ற ஒன்று இருப்பதையும் பேசுவதில்லை. வேதவாதியுடன் விவாதம் மேற்கொள்ளும்போது அன்றைய சமூகம் எதிர் கொண்ட சமூக நீதிக்கான பிரச்சினைகளையே நூலாசிரியர் முதன்மைப் படுத்துகின்றார். அவர் எண்ணியிருந்தால் வேதாந்த தத்துவங்களின் சாரங்களை முன்வைத்து அவற்றைச் சமணம் எப்படி மறுக்கின்றது என்பதைப் பேசியிருக்க முடியும். ஆனால் அவர் அவ்வாறு செய்யவில்லை என்பதையும் கவனிக்கவேண்டும். ஆனால் பல நூற்றாண்டுகளுக்கு முன்னிருந்தே இந்த சாதி, வர்ண பேதம் என்பது சாதாரண மக்கள் மீது தாக்குதலாக வேத தருமம் என்ற பெயரில் இருந்து வந்திருக்கின்றது என்பதை அறியும் வேளையில், இன்றும் அவை செழிப்போடு நீதி மன்ற வளாகங்களில் கூட நடமாடுவதைக் காணமுடிகின்றது. பழந்தமிழரின் அறிவுக் கோட்பாட்டுக்கு மட்டுமல்ல, அற வாழ்வுக்கும் சான்று கூறும் நூலாக நீலகேசி அமைந்துள்ளது.